HOÀNG CƠ ĐỊNH
Chủ Biên

Đôi Dòng Sử Việt

Từ thủa lập quốc tới thời hiện tại

Đôi Dòng Sử Việt

Từ thủa lập quốc tới thời hiện tại

Chủ Biên
HOÀNG CƠ ĐỊNH

Nhóm Biên Soạn

Hoàng Cơ Định	Phiên Ngung
Ngô Minh Trực	Hồ Thanh Thái
Đào Việt Sơn	Nguyễn Vũ Bình
Lê Rĩnh	Ngô Nhật Đăng
Phạm Việt Cường	Phạm Huy Cường

và các cộng sự

Biên Tập
Phiên Ngung

Trình Bày
Ngô Minh Trực

Xuất bản lần thứ nhất
tại Hoa Kỳ, 2020

ISBN: 978-0578193939
Copyright © 2020 Hoang Co Dinh.

Giữ mọi bản quyền

Thư từ liên lạc xin gửi về
Xuân Trâm
2482 S.King Rd. # 438, San Jose, CA 95122
email : donghydonghung@gmail.com

MỤC LỤC

Đôi dòng Sử Việt 1

1/ Lập quốc vào thế kỷ thứ 7 trước Công Nguyên, trong nền văn minh Đông Sơn, Việt Nam đã có hơn 500 năm tự chủ với quốc hiệu từ Văn Lang tới Âu Lạc (682 TCN-111 TCN) 3

2/ Vào thế kỷ thứ nhất trước Công Nguyên, trong khoảng thời gian gần 1.000 năm, Việt Nam đã bị 3 lần Bắc thuộc (111 TCN - 938) 7

    2.1/ Nước Âu Lạc bị Bắc phương thôn tính, Bắc thuộc lần thứ nhất (111 TCN- 40) 7

    2.2/ Năm 40, Hai Bà Trưng giành lại độc lập cho nước Âu Lạc (40 - 43) 8

    2.3/ Cuộc thất trận của Hai Bà Trưng khởi đầu thời kỳ Bắc thuộc thứ hai (43 - 542) 8

    2.4/ Lý Nam Đế chấm dứt Bắc Thuộc lần 2, thành lập nước Vạn Xuân (542-603) 9

    2.5/ Thời kỳ Bắc thuộc lần thứ ba (603-938) 10

3/ Vào thế kỷ thứ 10, một kỷ nguyên độc lập liên tục 400 năm đã mở ra cho nước ta dưới các triều đại Ngô, Đinh, Lê, Lý, Trần với các chiến công phá Tống thời Lý và chiến thắng Mông Cổ thời Trần 11

    3.1/ Ngô Quyền chấm dứt Bắc thuộc lần thứ ba, mở đầu 900 năm tự chủ của Việt Nam (938 – 1884) 11

    3.2/ Nhà Ngô (939 - 965) 12

    3.3/ Nhà Đinh (968 - 980) 12

    3.4/ Nhà Tiền Lê (980 - 1009) 12

    3.5/ Nhà Lý (1010 - 1225) 14

    3.6/ Nhà Trần (1225 - 1400) 15

    3.7/ Nhà Trần 3 lần chống quân Mông Cổ xâm lăng 16

4/ Vào thế kỷ 15 Đại Việt bị Bắc thuộc lần thứ 4 bởi Nhà Minh bên Tàu. Chiến thắng của Lê Lợi đã chấm dứt cuộc đô hộ kéo dài 20 năm này, mở đầu cho giai đoạn 100 năm tự chủ kế tiếp 21

    4.1/ Đại Việt bị Nhà Minh xâm lăng, Bắc Thuộc lần thứ 4 21

    4.2/ Lê Lợi đánh đuổi quân Minh, giành lại tự chủ cho Đại Việt sau 10 năm kháng chiến 22

5/ Cuộc nội chiến gần 300 năm giữa người Việt trong ba thế kỷ 16, 17, 18 và việc mở mang bờ cõi của Đại Việt về phương Nam . 25

    5.1/ Nước Đại Việt bị nội chiến, 300 năm Nam Bắc phân tranh 26

5.2/ Chấm dứt hai triều đại Trịnh Nguyễn, Vua Quang Trung đại phá quân Thanh 29
5.3/ Nhà Tây Sơn 32
5.4/ Vua Gia Long thống nhất Việt Nam 33

6/ Từ nước Việt Nam thống nhất và độc lập vào năm 1802 qua tình trạng bị nội thuộc Pháp vào năm 1884 và các cuộc tranh đấu giành độc lập sau đó 37
    6.1/ Pháp xâm lăng, Việt Nam trở thành thuộc địa của Pháp . . . 38
    6.2/ Các cuộc tranh đấu giành độc lập của người Việt Nam từ thế kỷ 19 qua thế kỷ 20 40

7/ Việt Nam từ cuộc chiến đấu giành độc lập chuyển qua nội chiến Cộng sản - Quốc gia trong khung cảnh chiến tranh lạnh của thế giới vào thế kỷ 20 49
    7.1/ Các vận động giành lại độc lập từ Hoa Nam 50
    7.2/ Việt Minh cướp chính quyền tại Hà Nội, thiết lập chế độ Việt Nam Dân Chủ Cộng Hòa 53
    7.3/ Pháp trở lại chiếm đóng Việt Nam 53
    7.4/ Hình thành chính thể Quốc Gia Việt Nam 55
    7.5/ Chính thể Việt Nam Cộng Hòa được khai sinh tại miền Nam Việt Nam 57
    7.6/ Thiết lập Chế độ Cộng Sản tại miền Bắc Việt Nam 59
    7.7/ Chiến tranh Đông Dương kỳ 2 62

8/ Việt Nam dưới chế độ độc tài Cộng Sản và cuộc xâm lăng của Trung Cộng 67
    8.1/ Việt Nam từ 1975 đến 1979 67
    8.2/ Việt Nam từ 1979 đến 1986 71
    8.3/ Việt Nam sau năm 1986 74

Kết luận 81

Đôi dòng Sử Việt

Chào các bạn,

Dân tộc nào bỏ quên quá khứ thì không có tương lai. Nếu người Việt không biết về quá khứ của dân tộc thì làm sao biết được công lao khó nhọc của Tổ Tiên đã dựng nước và giữ nước suốt mấy ngàn năm qua để cùng trân quý gia sản chung. Quả vậy dân tộc chúng ta đã có một quá khứ lâu dài, theo truyền thuyết thì đã hơn 4.000 năm, nhưng căn cứ vào sử liệu ghi chép được thì khoảng chừng 2.700 năm.

1/ Lập quốc vào thế kỷ thứ 7 trước Công Nguyên, trong nền văn minh Đông Sơn, Việt Nam đã có hơn 500 năm tự chủ với quốc hiệu từ Văn Lang tới Âu Lạc (682 TCN-111 TCN)

Quốc Tổ Hùng Vương dựng nước vào khoảng năm 700 trước công nguyên, nước ta khởi đầu có tên là Văn Lang, do tập hợp của 15 bộ tộc sống tại thung lũng sông Hồng.

Các cổ vật khai quật được cho thấy vào đời Hùng Vương người dân, gọi là Lạc dân, đã biết trồng lúa nước. Bên cạnh nghề trồng lúa, nghề đánh cá cũng phát triển, qua việc tìm thấy nhiều lưỡi câu bằng đồng và tục lệ xăm mình có từ thời Hùng Vương của ngư dân, để tránh bị thủy quái hãm hại. Về thủ công nghiệp, người ta đã tìm thấy khá nhiều công cụ bằng đồng thau và cả những khuôn đúc. Trống đồng Đông Sơn là hiện vật nổi tiếng, đặc trưng cho nền văn hóa vào thời kỳ này. Những mẫu hình thuyền và chim biển trang trí trên trống đồng, chứng tỏ rằng nền văn minh Đông Sơn có quan hệ mật thiết với biển và có thể du nhập từ biển vào.

Hình một loại trống đồng khai quật được

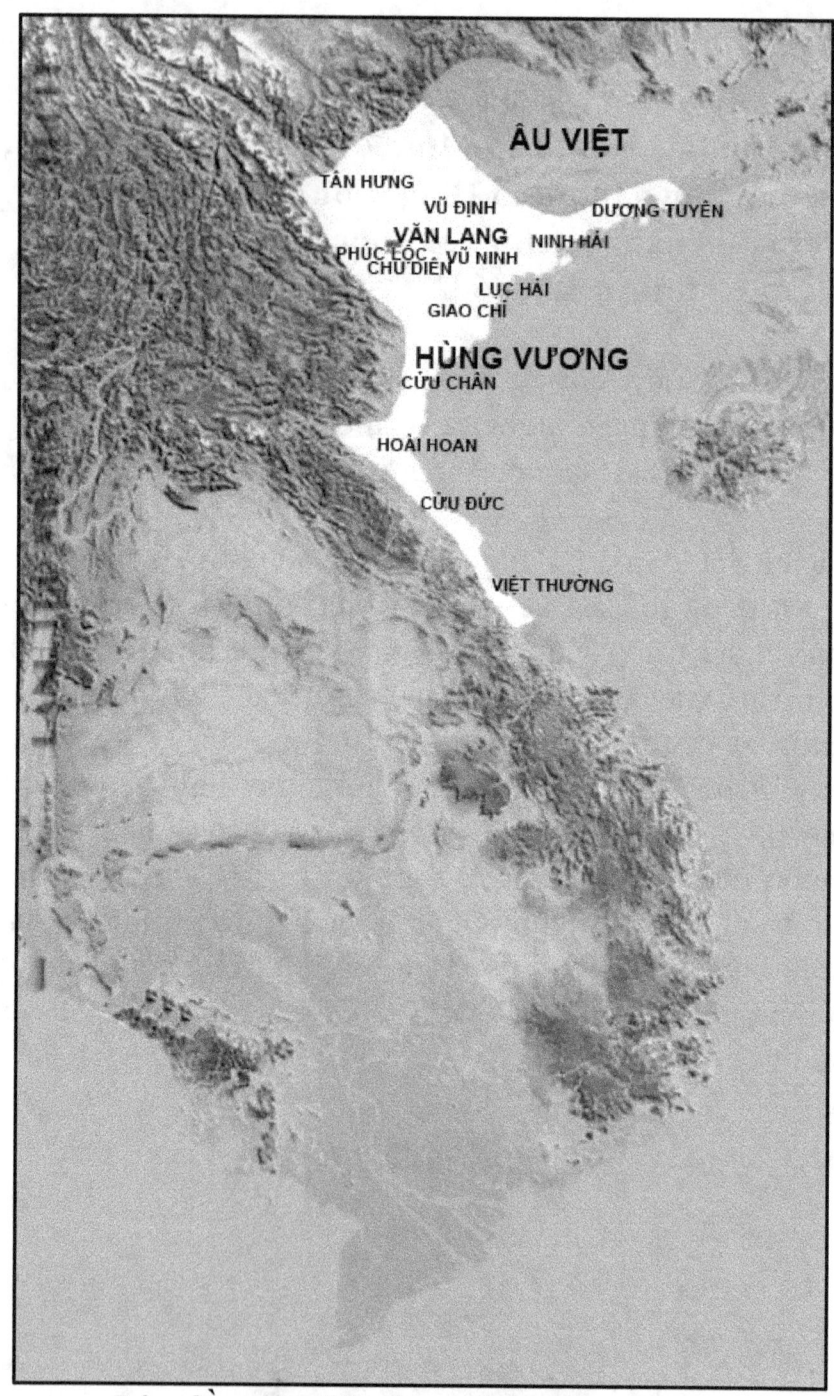

Bản đồ nước Văn Lang thời Hùng Vương

Vua Hùng truyền ngôi được 18 đời, đến đời thứ 18 thì bị Thục Phán đánh bại vào năm 257 trước Công Nguyên. Vua Thục Phán lên ngôi lấy hiệu là An Dương Vương, đổi tên nước thành Âu Lạc.

Hiện nay có đền thờ Vua Hùng tại tỉnh Phú Thọ, Bắc Phần. Ngày 10 tháng 3 Âm lịch là ngày giỗ Vua Hùng, đã được chọn làm ngày Quốc lễ.

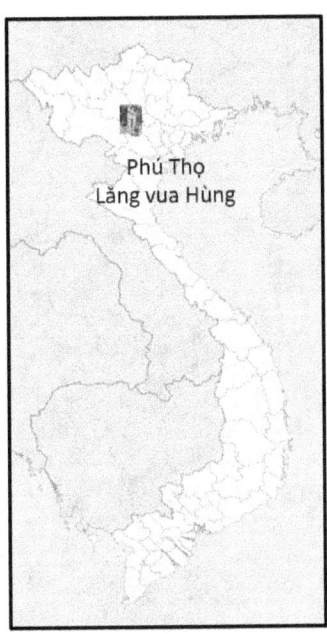

Lăng vua Hùng ở Phú Thọ

An Dương Vương tiếp tục duy trì cơ cấu xã hội của nước Văn Lang, điểm đặc thù của triều đại An Dương Vương là việc xây dựng một chính quyền trung ương, với lực lượng binh lính nhà nghề, một thành lũy với kiến trúc đặc biệt. Sau này các sử gia gọi là Loa thành (hay thành Cổ Loa), đã được nhà vua dựng lên tại địa phận huyện Đông Anh, Hà Nội. Dưới triều đại An Dương Vương dân Âu Lạc nổi tiếng về tài sử dụng cung nỏ trong chiến trận, có thể đây là lý do về truyền thuyết nhà vua được thần Kim Quy tặng cho một cây Nỏ Thần bắn ra một lần hàng trăm mũi tên.

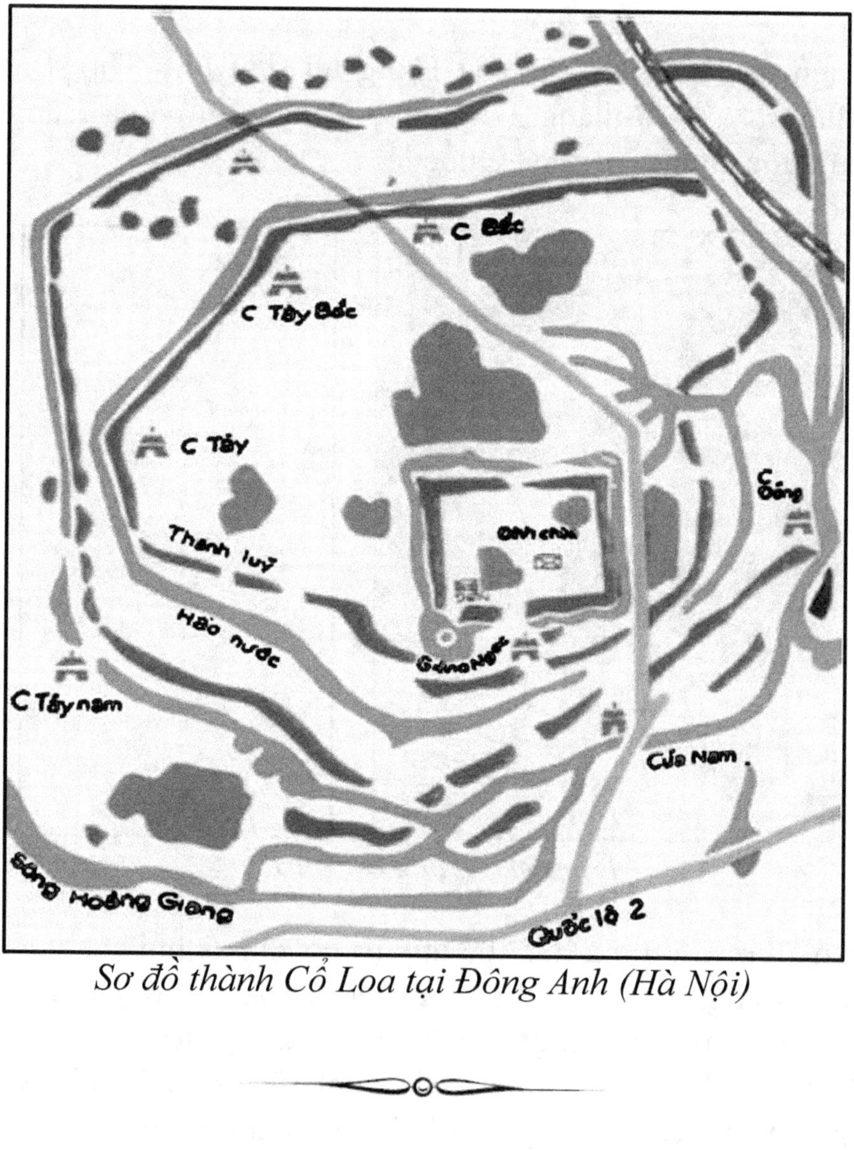

Sơ đồ thành Cổ Loa tại Đông Anh (Hà Nội)

2/ Vào thế kỷ thứ nhất trước Công Nguyên, trong khoảng thời gian gần 1.000 năm, Việt Nam đã bị 3 lần Bắc thuộc (111 TCN – 938)

2.1/ Nước Âu Lạc bị Bắc phương thôn tính, Bắc thuộc lần thứ nhất. (111 TCN – 40)

Vào năm 207 TCN Âu Lạc bị nước Nam Việt từ phương Bắc xâm lăng, vì quân của An Dương Vương rất thiện chiến và đặc biệt là có tài bắn cung nỏ nên đã kháng cự được nhiều trận. Cuối cùng, Vua Nam Việt là Triệu Đà phải sử dụng kế nội gián bằng cách cho con trai là Trọng Thủy sang cầu hôn với Mỵ Châu, con gái của An Dương Vương, ở lại triều đình Âu Lạc khai thác nội tình. Cuộc xâm lăng tiếp sau đó của Triệu Đà đã thành công, An Dương Vương thua chạy rồi tự sát. (257 – 207 TCN).

Sau khi chiến thắng, Triệu Đà đã chia nước Âu Lạc thành 2 quận là Giao Chỉ và Cửu Chân, sát nhập vào nước Nam Việt nhưng về nội trị của Âu Lạc thì vẫn được duy trì như cũ.

Khi Triệu Đà mất, con cháu truyền ngôi được 4 đời. Đến năm 111TCN, triều đình nhà Hán đã thôn tính thành công nước Nam Việt, bao gồm cả Âu Lạc, bắt đầu thời kỳ nước ta nội thuộc trực tiếp nước Tàu. Sách sử gọi đây là thời kỳ Bắc thuộc lần thứ nhất. (111 TCN – 40).

2.2/ Năm 40, Hai Bà Trưng giành lại độc lập cho nước Âu Lạc. (40 – 43)

Vào năm 40, Âu Lạc bị cai trị bởi viên Thái Thú người Hán có tên là Tô Định. Tô Định là người tham lam và tàn ác, thêm nữa đất Âu Lạc còn bị dân Hán tràn qua sinh sống, dựa vào thế lực của quan quyền người Hán, đã chiếm đoạt đất đai của làng xã dân Lạc, gây nên nỗi thống khổ cùng cực cho dân địa phương. Trước tình trạng này, hai chị em Bà Trưng, thuộc dòng dõi Vua Hùng, đã chiêu mộ quân sĩ nổi lên đánh đuổi Tô Định, xưng là Trưng Nữ Vương, đóng đô tại Mê Linh (tại ngoại ô Hà Nội ngày nay). Cuộc nổi dậy của Hai Bà đã được dân chúng tại nhiều nơi hưởng ứng, kể cả dân thuộc các quận huyện trong phần lãnh thổ Nam Việt.

Năm 43, triều đình Hán cử tướng Mã Viện đem quân sang chinh phục. Hai Bà bị thua trận tại Lãng Bạc (Bắc Ninh) phải tự trầm tại sông Hát. Có tới 5.000 quân của Hai Bà bị bắt và sát hại bởi quân Hán, sau đó Mã Viện đã đày 300 gia đình Lạc dân có ảnh hưởng trong dân chúng qua bên Tàu.

2.3/ Cuộc thất trận của Hai Bà Trưng khởi đầu thời kỳ Bắc thuộc thứ hai (43 – 542)

Kể từ thời kỳ này Lạc dân tại Văn Lang được coi như một trong các nhóm Bách Việt và được gọi là Lạc Việt. Mặt khác vào năm 226, Bắc triều (Nhà Đông Ngô), nhân sự kiện vùng Âu Lạc có nếp sinh hoạt khác biệt với vùng Nam Việt, đã chia vùng chiếm đóng chung này thành Giao Châu và Quảng Châu (theo đường biên giới Việt

Hoa ngày nay). Sự kiện này đã ảnh hưởng tới việc Quảng Châu hoàn toàn trở thành một phần của nước Tàu ngày nay, trong khi Giao Châu sau này trở thành một quốc gia riêng biệt.

Trong thời gian Bắc thuộc lần 2, tại Giao Châu đã có 2 cuộc nổi dậy quan trọng.

Năm 247, Bà Triệu, tức Triệu Trinh Nương, là một thiếu phụ kiên cường, tuy chưa giành được tự chủ nhưng đã cầm quân và có những trận đánh lẫy lừng chống lại Bắc triều. Bà đã để lại câu nói còn được truyền tụng nhiều thế hệ sau: "Ta chỉ muốn cưỡi cơn gió mạnh, đạp luồng sóng dữ, chém cá tràng kình tại biển Đông, đánh đuổi quân Ngô, dựng lại giang sơn, cứu dân ra khỏi nơi đắm đuối, chứ không chịu khom lưng làm tỳ thiếp người ta".

Năm 468 Lý Trường Nhân đã nổi dậy thống lãnh toàn cõi Giao Châu chống lại Bắc triều. Sau khi ông mất, quyền bính được trao lại cho người em là Lý Thúc Hiến tiếp tục duy trì độc lập với phương Bắc, cầm cự tới năm 485 mới bị thua trận. Tổng cộng thời gian anh em Lý Trường Nhân và Lý Thúc Hiến duy trì được tự chủ cho Giao Châu là 17 năm.

2.4/ Lý Nam Đế chấm dứt Bắc Thuộc lần 2, thành lập nước Vạn Xuân (542-603)

Năm 542 tại Giao Châu diễn ra cuộc nổi dậy quan trọng nhất trong nửa thiên niên kỷ thứ nhất, chống lại phương Bắc, lần này do Lý Bí lãnh đạo. Lý Bí không những chiếm được toàn cõi Giao Châu, ông còn cho quân tràn qua lãnh thổ Hợp Phố, đánh chặn các đạo quân xâm lược do nhà Lương cử sang.

Lý Bí lên ngôi, lấy hiệu là Lý Nam Đế và đặt quốc hiệu là Vạn Xuân, chấm dứt Bắc thuộc lần 2 (542 – 563). Sau khi Lý Nam Đế mất, các vua kế tiếp là Triệu Quang Phục và Lý Phật Tử.

Từ năm 545, nhà Lương bên Tàu liên tiếp cử quân sang xâm chiếm nước Vạn Xuân. Cuộc chiến kéo dài nhiều năm. Đầu năm 603, nhà Tùy (kế tục nhà Lương) cử Lưu Phương dẫn quân gồm 27 doanh sang xâm lăng nước ta. Lưu Phương theo đường Vân Nam tiến xuống đánh tan quân của Lý Phật Tử rồi bắt Lý Phật Tử đem về Tàu, chấm dứt 61 năm tự chủ của nước Việt, từ đây lại rơi vào vòng thống trị của Tàu thêm ba trăm năm nữa, đó là thời kỳ Bắc thuộc lần thứ 3.

2.5/ Thời kỳ Bắc thuộc lần thứ ba (603-938)

Trong 300 năm này, đã có nhiều cuộc nổi dậy bất thành của dân Giao Châu, đáng kể hơn cả là các cuộc khởi nghĩa của Lý Tự Tiên (687), Mai Thúc Loan (722), Phùng Hưng (791).

Tới năm 906 Khúc Thừa Dụ đã vận động và lấy lại được một nền tự trị tương đối cho Giao Châu, kéo dài tới năm 930 thì bị chiếm đóng trở lại.

3/ Vào thế kỷ thứ 10, một kỷ nguyên độc lập liên tục 400 năm đã mở ra cho nước ta dưới các triều đại Ngô, Đinh, Lê, Lý, Trần với các chiến công phá Tống thời Lý và chiến thắng Mông Cổ thời Trần

3.1/ Ngô Quyền chấm dứt Bắc thuộc lần thứ ba, mở đầu 900 năm tự chủ của Việt Nam (938 – 1884)

Vào năm 931 Dương Diên Nghệ từ vùng Ái Châu thuộc đất Văn Lang, dấy binh đánh đuổi quan cai trị của nhà Nam Hán, tự xưng là Tiết Độ Sứ giành quyền cai quản Giao Châu. Cầm quyền được 6 năm thì bị Kiều Công Tiễn thông đồng với Nam Hán làm phản.

Ngô Quyền là tướng của Dương Diên Nghệ từ Phong Châu (Phú Thọ) kéo quân ra đánh Kiều Công Tiễn để báo thù cho chủ tướng. Hán chủ phái thái tử Hoằng Tháo dẫn quân xuống giúp Kiều Công Tiễn nhưng thực chất là để chiếm lại Giao Châu. Khi Hoằng Tháo tiến vào gần sông Bạch Đằng, thì Ngô Quyền đã giết chết Kiều Công Tiễn (938), làm chủ toàn bộ lãnh thổ Giao Châu, chuẩn bị binh lực chống quân Nam Hán.

Ngô Quyền cho đóng nhiều cọc gỗ lớn cắm xuống lòng sông, khi thủy triều lên cao, đầu cọc chìm dưới nước không trông thấy, khi thủy triều hạ xuống thì cọc mới nhô lên gây khó khăn cho việc xoay trở, Lợi dụng mực nước thủy triều, ông đã lừa được đoàn chiến thuyền Nam

Hán trôi vào trận địa cọc và đánh bại được quân thù. Hoằng Tháo bị giết chết trong trận này. Đây là một chiến thắng lớn, chấm dứt thời kỳ Bắc thuộc thứ 3, mở đầu cho 900 năm tự chủ của Việt Nam.

3.2/ Nhà Ngô (939 - 965)

Đây là một triều đại ngắn, nội bộ nhiều xáo trộn và chưa đạt được dấu ấn gì đáng kể. Nhà Ngô kết thúc với tình trạng phân hóa toàn diện, đất nước phân tán thành 12 sứ quân đánh chiếm với nhau trong suốt 20 năm.

3.3/ Nhà Đinh (968 - 980)

Đinh Bộ Lĩnh là một trong 12 sứ quân đã chiến thắng và thống hợp giang sơn trở lại, đặt quốc hiệu là Đại Cồ Việt, đóng đô tại Hoa Lư. Dưới triều nhà Đinh Phật giáo phát triển cực thịnh tại nước ta. Với nước Tàu, nhà vua áp dụng đường lối giao thiệp mềm mỏng trong khi tổ chức binh lực hùng mạnh ở trong nước. Khi nhà vua bị thuộc hạ ám sát, được tin bên Tàu chuẩn bị xâm lăng, Hoàng Thái Hậu Dương Vân Nga quyết định nhường ngôi nhà Đinh lại cho Tướng Quân Lê Hoàn để lo chống cự.

3.4/ Nhà Tiền Lê (980 - 1009)

Triều đình Lê Hoàn được gọi là nhà Tiền Lê để phân biệt với triều đình họ Lê thứ nhì của nước ta năm thế kỷ sau đó. Trước sự hăm dọa của vua Tàu, Lê Hoàn đáp lại một cách nhún nhường nhưng phương Bắc vẫn cử quân tiến đánh theo hai mặt đường bộ và đường biển (981). Cánh quân Tàu theo đường bộ đã tiến sâu vào được nước ta trong khi cánh quân theo đường biển bị quân của Lê Hoàn chặn lại tại cửa sông Bạch Đằng (nơi Ngô Quyền chiến thắng quân Tàu trước đây), không sao tiến vào được nên phải rút về. Cánh quân trên bộ đợi lâu không được hỗ trợ, bị phía Lê Hoàn phản công nên tan vỡ phải rút về Tàu. Nhờ vậy phương Bắc chấp nhận hòa hiếu.

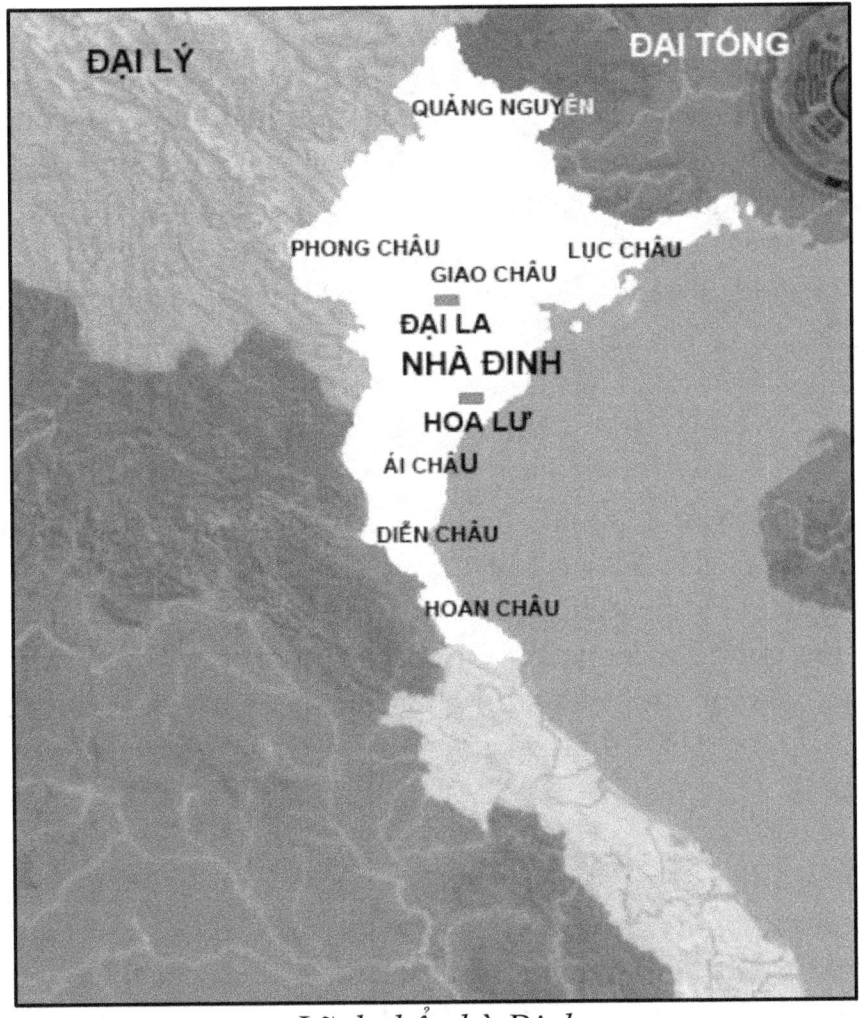

Lãnh thổ nhà Đinh

Trong khi Đại Cồ Việt bị tấn công từ mặt Bắc, Chiêm Thành lợi dụng tiến đánh từ phía Nam. Vì vậy sau khi chiến thắng quân Tàu, vua Lê mang quân chinh phạt Chiêm Thành, đánh chiếm kinh đô nước này, phá bỏ thành trì rồi rút về.

Dưới triều nhà Tiền Lê, Phật giáo tiếp tục có vị trí quan trọng, vị Thiền sư Ngô Chân Lưu được vua Đinh tin dùng vẫn tiếp tục được trọng dụng. Khi vua Lê Hoàn tạ thế, triều đình bị xáo trộn một thời gian ngắn vì tranh chấp giữa các Hoàng tử. Ngôi báu sau đó về tay Lê Long Đĩnh. Lê Long Đĩnh nổi tiếng là một ông vua hoang đàng và bạo ngược, nhà vua trị vì được 4 năm, khi chết con còn nhỏ, triều đình chán ghét nên đã suy cử Điện Tiền Chỉ Huy Sứ Lý Công Uẩn lên làm vua, chấm dứt Nhà Tiền Lê và lập nên Nhà Lý.

3.5/ Nhà Lý (1010 - 1225)

Lý Công Uẩn lên ngôi vào năm 1010, nhà vua quyết định rời đô từ Hoa Lư về Đại La, đổi tên thành Thăng Long, nay là thành phố Hà Nội. Nhà Lý biến nước ta thành một quốc gia có tổ chức qui mô, phát triển về mọi mặt, đặc biệt về binh lực. Biên giới phía Bắc của nước ta với nước Tàu được phân định rõ ràng và ổn định một ngàn năm sau đó.

Dưới triều vị vua thứ ba Nhà Lý là vua Lý Thánh Tông, nước ta chính thức có tên là Đại Việt (1054), các cuộc giao tranh với Chiêm Thành tại phía Nam đạt thắng lợi về phía Đại Việt, lãnh thổ bành trướng tới tỉnh Quảng Trị ngày nay. Về phía Bắc, trước đe dọa xâm lăng của Tàu, Tướng Lý Thường Kiệt đã quyết định tấn công trước (1075), tiến quân qua Tàu phá được các căn cứ tại Liêm Châu và Ung Châu. Đạo quân Tàu tấn công Đại Việt sau đó bị ngăn chặn ở bến sông Như Nguyệt không tiến xa hơn được. Cuối cùng hai bên phải xử hòa và quân Tàu rút trở về phương Bắc vào năm 1077, mở đầu cho thời giao hảo giữa hai nước kéo dài được hơn 100 năm.

Đến đời vua thứ 8 của Nhà Lý, quyền lực trong triều ở trong tay quan Điện Tiền Chỉ Huy Sứ Trần Thủ Độ. Trần Thủ Độ ép vua Lý truyền ngôi cho con gái là công chúa Lý Chiêu Hoàng. Sau đó ông dàn xếp để người cháu là Trần Cảnh kết duyên với Lý Chiêu Hoàng và vua Lý Chiêu Hoàng nhường ngôi lại cho chồng. Triều đại Nhà Lý vì vậy đã kết thúc sau 215 năm, chuyển qua Nhà Trần với một hình thức êm thấm

3.6/ Nhà Trần (1225 - 1400)

Giống như Nhà Lý, Nhà Trần là một triều đại lâu dài và hiển hách trong lịch sử nước ta. Điểm đặc biệt dưới triều Trần là các chức vụ quyền lực đều được thâu tóm trong tay tôn thất nhà Trần, thậm chí hôn nhân cũng giới hạn trong cùng dòng tộc. Một quy định khác là thiết lập ngôi vị Thái Thượng Hoàng. Sau khi truyền ngôi, vị vua kế vị lo việc triều chính, vua Cha trở thành Thái Thượng Hoàng để cố vấn và lấy các quyết định quan trọng, kể cả việc phế truất Vua đương nhiệm nếu cần.

Dưới triều nhà Trần, guồng máy hành chánh, canh nông

được coi trọng. Có quan Hà Đê đặc trách bảo trì đê điều để tránh lụt lội, binh lính luân phiên ở lại quân ngũ và về quê làm ruộng. Về văn hóa, Nhà Trần coi trọng việc dùng chữ Nôm và cuốn Việt sử đầu tiên đã được biên soạn. Mặt khác, đạo Phật là tôn giáo được sùng bái, vua Trần Nhân Tông, vị vua thứ ba đời nhà Trần, sau khi nhường ngôi cho con vào năm 1293, đã xuất gia tu hành, thành lập Thiền phái Trúc Lâm, được coi là nền Phật giáo chính thức của Đại Việt thời đó.

Đến năm 1394, dưới triều vua Trần Thuận Tông, vị vua thứ 10 đời Nhà Trần, mặc dù quyền hành vẫn nằm trong tay Thượng Hoàng Nghệ Tông, quyền bính dần được giao cho Lê Quý Ly, một thân tộc phía bên ngoại. Khi Thượng hoàng Nghệ Tông băng hà, Lê Quý Ly làm áp lực để vua Trần Thuận Tông nhường ngôi cho con là Trần Thiếu Đế, cháu ngoại của Hồ Quý Ly, mọi chuyện từ đấy hoàn toàn do Lê Quý Ly định đoạt. Tới năm 1400, không còn cần che đậy gì nữa, Lê Quý Ly chính thức phế bỏ vua Trần Thiếu Đế, chiếm đoạt ngôi vua, Nhà Trần chấm dứt sau 175 năm tại vị.

3.7/ Nhà Trần 3 lần chống quân Mông Cổ xâm lăng.

Điểm son dưới triều Nhà Trần và cũng là trong toàn lịch sử nước ta là chiến tích đã đẩy lui ba lần xâm lăng của Mông Cổ.

<u>Cuộc xâm lăng lần thứ nhất của Mông Cổ</u>

Vào năm 1257, quân Mông Cổ sau khi bành trướng qua

đến Âu Châu và chiếm đóng một phần nước Tàu đã cử sứ giả qua Đại Việt buộc vua Trần Thái Tông phải đầu hàng. Nhà vua bắt giam sứ giả và cử Tướng Trần Quốc Tuấn tổ chức phòng bị ở biên giới phía Bắc. Liền đó, quân Mông Cổ tấn công Đại Việt, tiến chiếm kinh đô Thăng Long và tàn sát toàn bộ dân Việt tại đây. Núng thế, nhà Vua có ý xin hàng nhưng với lời cương quyết của Thái Sư Trần Thủ Độ "Đầu tôi chưa rơi xuống đất thì xin bệ hạ đừng lo" triều đình nhà Trần tiếp tục cầm cự. Đến đầu năm 1258, lợi dụng thời tiết khắc nghiệt khiến sức chiến đấu của Mông Cổ suy giảm, vua Trần Thái Tông đích thân dẫn chiến thuyền ngược sông Hồng tấn công địch tại Thăng Long. Bị đánh bất ngờ quân Mông Cổ thua to phải rút về Vân Nam.

<u>Cuộc xâm lăng lần thứ hai của Mông Cổ</u>

Đầu năm 1285, Mông Cổ đã thống trị toàn cõi nước Tàu, lập nên triều đại nhà Nguyên. Vua Nguyên sai Thái Tử Thoát Hoan cùng 2 Thượng Tướng là Toa Đô và Ô Mã Nhi dẫn 500.000 quân xâm lăng Đại Việt. Cánh quân đường bộ do Thoát Hoan chỉ huy từ phương Bắc xuống tiến đánh chiếm được nhanh chóng kinh đô Thăng Long. Cánh quân theo đường biển do Toa Đô chỉ huy đánh ngược từ Nghệ An lên và đẩy lùi quân Nhà Trần về Thanh Hóa. Đang lúc quân Mông Cổ thắng thế cả ở hai mặt trận Bắc và Nam thì thủy quân nhà Trần do Tướng Trần Nhật Duật chỉ huy đánh bại và giết được Toa Đô tại Hàm Tử. Quân nhà Trần thừa thắng đẩy quân Mông Cổ về phía Thăng Long. Thoát Hoan dẫn quân ra cứu viện thì bị phục binh của Trần Quang Khải đánh tan. Quân

Mông Cổ thua to phải tháo chạy về Tàu, chủ tướng Thoát Hoan phải núp trong một chiếc ống đồng để tránh các trận mưa tên độc của quân Đại Việt.

Trong cuộc kháng cự quân Mông Cổ lần này, phía Nhà Trần có hai hội nghị quan trọng được ghi nhận trong lịch sử đó là Hội Nghị Bình Than vào năm 1282 của các tướng lãnh quyết định về kế sách điều động quân sự và Hội Nghị Diên Hồng vào năm 1285 gồm các bô lão đại diện dân chúng để huy động ý chí toàn dân đoàn kết chống giặc.

<u>Cuộc xâm lăng lần thứ ba của Mông Cổ</u>

Hai năm sau, đại quân Mông Cổ do Thoát Hoan và Ô Mã Nhi trở lại xâm lăng Đại Việt. Trong trận phục thù này, hai cánh quân Mông Cổ do Thoát Hoan và Ô Mã Nhi kéo từ phía Bắc xuống đánh chiếm được nhanh chóng các thành lũy quân sự của Nhà Trần.

Quân Nhà Trần rút lui, áp dụng chiến thuật thanh dã di chuyển theo dân chúng trong vùng và thiêu hủy toàn bộ lương thực. Phía quân trên bộ của Mông Cổ chỉ trông cậy vào đoàn 500 thuyền lương thảo do Trương Văn Hổ tiếp viện đưa vào Đại Việt theo ngả sông Bạch Đằng.

Chiến tích đầu tiên giúp bẻ gẫy cuộc xâm lăng này đã đạt được bởi Tướng Trần Khánh Dư khi ông tấn công tiêu hủy toàn bộ đoàn thuyền tiếp tế này tại Vân Đồn và thả cho một số tàn quân chạy thoát về Thăng Long, Vạn Kiếp báo tin, tạo hoang mang trong hàng ngũ địch.

Bị bao vây trên bộ và cạn lương, Thoát Hoan và Ô Mã Nhi chỉ còn cách rút về Tàu qua ngả sông Bạch Đằng để thoát ra biển. Biết rõ kế sách của địch, đại quân của Trần Hưng Đạo đã tổ chức một cuộc phục kích quy mô đánh tan lực lượng Mông Cổ trên sông Bạch Đằng, bắt sống toàn bộ tướng lãnh Mông Cổ kể cả Ô Mã Nhi, chỉ một mình Thoát Hoan thoát được bằng đường bộ về lại Vân Nam.

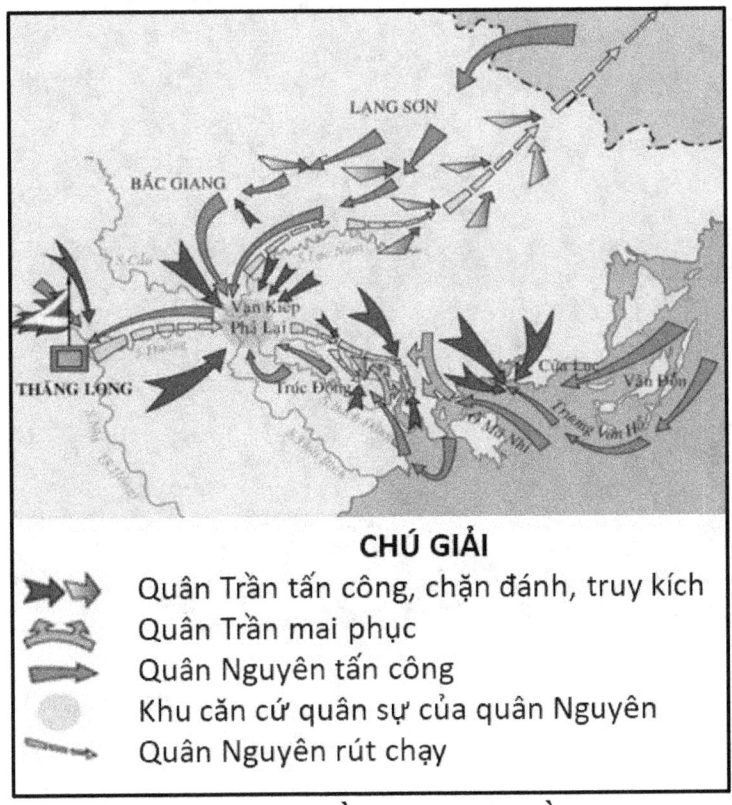

Trận Vân Đồn và Bạch Đằng

Trên cùng khúc sông Bạch Đằng, trong 300 năm Đại Việt đã thắng 3 trận đánh lớn, năm 938 bởi Ngô Quyền, năm 981 bởi Lê Hoàn và năm 1288 bởi Trần Hưng Đạo.

Sau khi chiến thắng, vua Trần Nhân Tông và Thượng Hoàng Thánh Tông đã quyết định đốt các hàng biểu bắt được, tha tội cho hết cả các viên chức triều đình đã đầu hàng giặc.

Hình chụp từ vệ tinh khúc sông Bạch Đằng, nơi Ngô Quyền và Trần Hưng Đạo đã chiến thắng quân xâm lăng từ phương Bắc vào các năm 938 và 1288. Nhiều cọc gỗ còn phát hiện được tại vùng ruộng bên mặt, là lòng sông nhiều thế kỷ trước đây.

4/ Vào thế kỷ 15 Đại Việt bị Bắc thuộc lần thứ 4 bởi Nhà Minh bên Tàu. Chiến thắng của Lê Lợi đã chấm dứt cuộc đô hộ kéo dài 20 năm này, mở đầu cho giai đoạn 100 năm tự chủ kế tiếp

Sau khi chiếm được ngôi nhà Trần vào năm 1400, Lê Quý Ly đổi tên là Hồ Quý Ly, đồng thời đổi tên nước từ Đại Việt thành Đại Ngu. Tuy việc ngôi vua chuyển từ một dòng họ qua dòng họ khác là diễn biến không tránh được trong lịch sử, nhưng phương cách Hồ Quý Ly đoạt ngôi nhà Trần cũng như các việc làm của ông trước và sau đó đã không được lòng người và tạo được ấm no và ổn định xã hội nên Nhà Hồ bị xụp đổ nhanh chóng trước cuộc xâm lăng từ phương Bắc.

4.1/ Đại Việt bị Nhà Minh xâm lăng, Bắc Thuộc lần thứ 4

Năm 1406 Minh Triều bên Tàu lúc đó là một triều đại cực mạnh, quân Minh đã lấy cớ " phù Trần diệt Hồ " đem quân xâm lấn nước ta. Nhà Hồ đã có những chuẩn bị kháng cự đáng kể về quân sự nhưng vì lòng người ly tán, triều đình không được hậu thuẫn của toàn dân và bản thân Hồ Quý Ly cũng không có tài quân sự nên chỉ trong vài tháng quân Minh chiếm trọn nước ta. Trương Phụ cùng Mộc Thạnh, Liễu Thăng chỉ huy đoàn quân xâm lăng tiến vào Đại Việt, đánh đâu thắng đó, tới tháng 6 năm 1407 thì bắt sống được toàn bộ Thái Thượng Hoàng Hồ Quý Ly, Vua Hồ Hán Thương và Thượng Tướng Hồ Nguyên Trừng.

Sau chiến thắng năm 1407, nhà Minh chia nước ta thành quận huyện, thiết lập chính quyền đô hộ trực trị trên khắp đất nước, khởi đầu thời kỳ Bắc thuộc lần thứ 4. Quốc hiệu nước Đại Việt bị hủy bỏ, cả nước chỉ được coi là một quận thuộc Tàu với tên gọi là Giao Chỉ quận. Nhà Minh thi hành chính sách đồng hoá dân tộc và bóc lột tàn bạo. Chúng đặt ra hàng trăm thứ thuế nặng nề. Các thành phần ưu tú bị bắt về phục vụ cho Minh Triều, phụ nữ, trẻ em bị bắt đưa về Tàu làm nô tì. Các phong tục tập quán của người Việt bị cấm cản, các sách quý do người Việt viết đều bị thiêu hủy hoặc mang về Tàu.

Nhiều cuộc nổi dậy chống lại quân chiếm đóng, đáng kể hơn cả là cuộc kháng chiến của Giản Định Đế, đều bị đánh tan.

4.2/ Lê Lợi đánh đuổi quân Minh, giành lại tự chủ cho Đại Việt sau 10 năm kháng chiến

Năm 1416 Lê Lợi là một điền chủ vùng Thanh Hóa đã cùng 18 người bạn tổ chức Hội Thề Lũng Nhai, tế cáo Trời Đất nguyện cùng nhau lo việc giải phóng quê hương. Mùa xuân năm 1418 Lê Lợi phất cờ khởi nghĩa, tự xưng là Bình Định Vương, truyền hịch kêu gọi toàn dân đứng lên đánh đuổi quân xâm lược. Lê Lợi tiến ra Bắc tấn công quân Minh, sau vài chiến thắng nhỏ đã bị giặc vây khốn ngặt nghèo, Lê Lai phải mặc áo bào giả làm Lê Lợi để bị giặc giết, vua Lê mới cùng tàn quân trốn thoát.

Năm 1424, theo kế sách của Lê Trích, Lê Lợi tiến về miền Nam đánh các căn cứ yếu hơn của quân Minh để tăng cường lực lượng. Nhờ tài dụng binh khôn ngoan, quân tướng dũng mãnh, chỉ trong 2 năm lực lượng của Lê Lợi làm chủ được vùng đất từ Thanh Hóa vào tới Nghệ An, từ đó ông đã quyết định tiến đánh ra Bắc theo 3 cánh quân và đã chiến thắng nhiều trận quyết định là các trận Ninh Kiều, Tụy Động và Chi Lăng.

Trong trận Chi Lăng, phục binh của Lê Lợi đã giết được danh tướng Liễu Thăng của nhà Minh cử qua để giải tỏa vòng vây cho Đông Đô (tên gọi của Thăng Long dưới thời nhà Minh). Quân trong thành tuy còn mạnh nhưng không có tiếp viện, do tài du thuyết của Nguyễn Trãi, đã chấp nhận rút toàn bộ về Tàu. Đại Việt lấy lại độc lập sau 20 năm Bắc thuộc.

Bình Định Vương Lê Lợi sai Nguyễn Trãi viết bản hiệu triệu công bố cho toàn dân, đây là một áng văn lịch sử có tên là "Bình Ngô Đại Cáo" (1427).

ĐÔI DÒNG SỬ VIỆT

5/ Cuộc nội chiến gần 300 năm giữa người Việt trong ba thế kỷ 16, 17, 18 và việc mở mang bờ cõi của Đại Việt về phương Nam

Vua Lê Lợi đã có công đánh đuổi quân xâm lược Nhà Minh, khởi nghiệp năm 1418, chính thức tại ngôi từ 1428 tới 1433. Sau khi vua băng hà, triều Lê bị xáo trộn một số năm sau đó. Phải tới vị vua kế nghiệp thứ 5 là vua Lê Thánh Tôn, xã tắc mới được ổn định. Vua Thánh Tôn đã có nhiều cải cách quan trọng về mọi mặt từ hành chánh, học vấn, quân sự, nông nghiệp tới thủ công nghiệp. Dưới triều vua Thánh Tôn, chế độ nô lệ đã bị hủy bỏ. Ruộng công tại các thôn được luân phiên phân phát cho dân cày cấy, chỉ ruộng công phải chịu nộp thuế cho triều đình, ruộng tư được miễn. Dân chúng được dạy nghề tinh xảo, có nhiều gia đình có thể sống bằng lợi tức nghề thủ công, không cần phải tùy thuộc vào canh tác.

Luật Hồng Đức đã được soạn thảo để quy định sinh hoạt trong xã hội, đây là bộ luật giá trị, được tiếp tục áp dụng nhiều thế kỷ sau đó. Nhà vua cũng sai Sử quan Ngô Sĩ Liên soạn bộ Đại Việt Sử Ký Toàn Thư thay thế cho các sách sử đã bị quân Minh đem về Tàu và các biến cố sau khi lấy lại độc lập. Đây là bộ sử xưa nhất còn lưu trữ được tới ngày nay.

5.1/ Nước Đại Việt bị nội chiến, 300 năm Nam Bắc phân tranh

Khi vua Lê Thánh Tôn băng hà vào năm 1497, nhà Lê bắt đầu rơi vào tình trạng suy thoái. Các vị vua kế nghiệp sa đọa, bất tài. Đến năm 1527 Mạc Đăng Dung chiếm đoạt ngôi vua, chấm dứt giai đoạn kéo dài 100 năm do họ Lê trị vì, được gọi là Nhà Lê sơ.

Mạc Đăng Dung làm vua được 6 năm thì các cựu thần nhà Lê nổi lên chống lại, chiếm được vùng đất từ Thanh Hóa trở vào Nam, tái lập nhà Lê, sách sử gọi là Lê Trung Hưng. Tuy danh xưng là nhà Lê nhưng vua Lê chỉ giữ hư vị, quyền lực đều trong tay Nguyễn Kim, được chuyển qua con rể là Trịnh Kiểm khi Nguyễn Kim tử trận. Họ Trịnh sau đó xưng Chúa, ngôi Chúa cũng truyền cho con cháu không khác gì ngôi Vua, Trịnh Kiểm là vị Chúa đầu tiên.

Trong cuộc giao tranh giữa họ Trịnh và họ Mạc, giang sơn Đại Việt bị chia thành Nam Triều (từ Thanh Hóa trở vào Nam) và Bắc Triều do họ Mạc cầm quyền tại Thăng Long và vùng đất phía Bắc Thanh Hóa. Cuộc chiến kéo dài 50 năm, đây là giai đoạn đầu của cuộc nội chiến gần 300 năm giữa người Việt trong lịch sử nước ta.

Để bảo vệ ngôi vị, khi Nguyễn Kim chết, Trịnh Kiểm đã điều Nguyễn Hoàng, là con của Nguyễn Kim, vào Thuận Hóa là phần đất hoang vu và xa xôi nhất của Đại Việt về phương Nam. Khi Trịnh Kiểm chết, vì e ngại thế lực của họ Nguyễn tại phương Nam ngày một lớn, vào năm 1592 chúa Trịnh lúc đó là Trịnh Tùng đã điều Nguyễn Hoàng ra Bắc để dễ kiểm soát. Sau 8 năm trong vòng kiềm tỏa của Trịnh Tùng, Nguyễn Hoàng đã thoát trở về miền Nam. Từ đó xây dựng lực lượng, xưng Chúa tại miền Nam và không còn tuân phục họ Trịnh nữa. Giao thiệp giữa hai miền trở nên căng thẳng, nguy cơ chiến tranh có thể xảy ra bất cứ lúc nào.

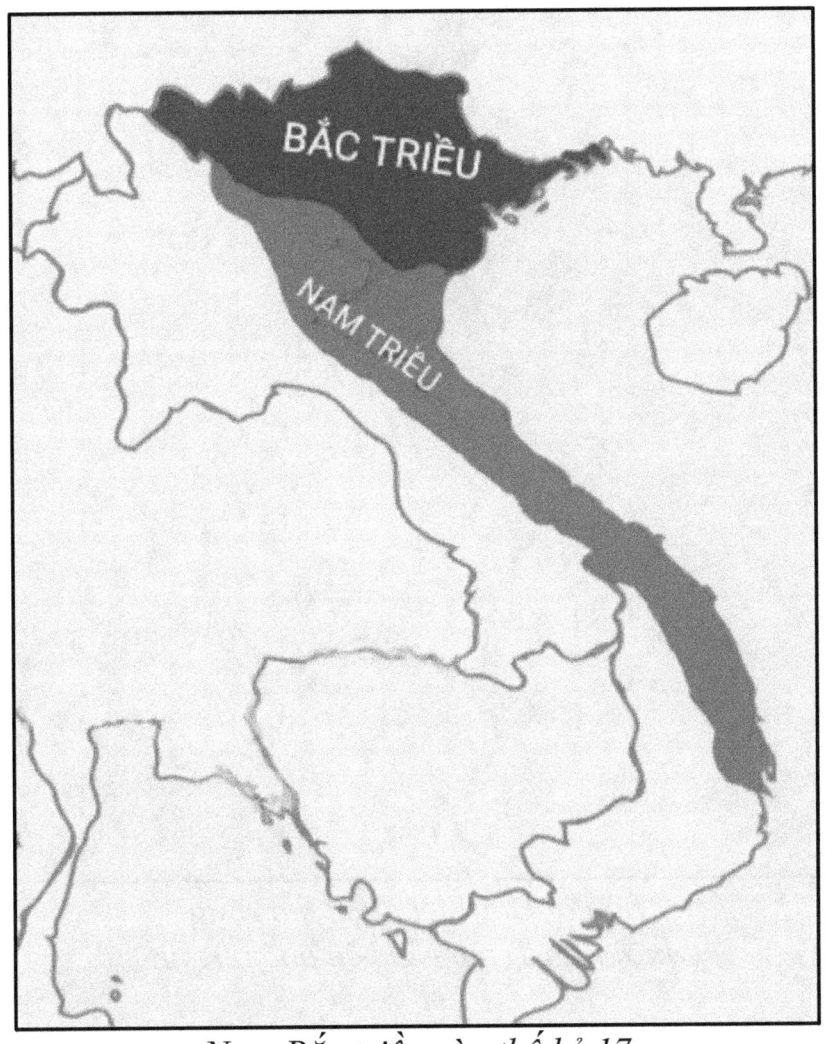

Nam Bắc triều vào thế kỷ 17

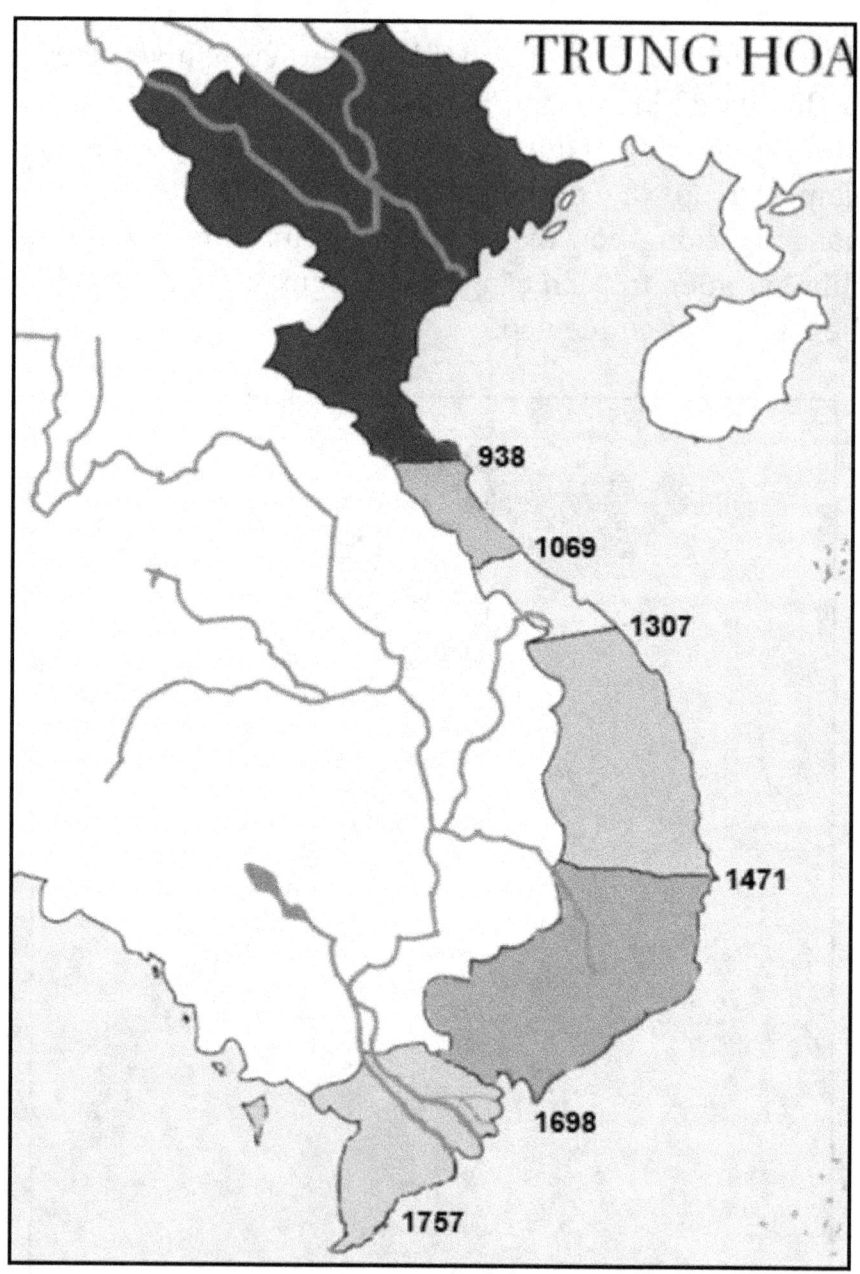

*Bờ cõi Đại Việt được mở rộng
dưới thời Trịnh Nguyễn phân tranh*

Năm 1627, Chúa Trịnh lấy cớ đưa vua Lê đi thị sát Nghệ An đã chuyển quân xuống miền Nam tấn công vào cửa Nhật Lệ. Cuộc tấn công thất bại trước sự kháng cự của binh lính miền Nam. Tiếp theo trận này, vào những năm sau đó quân Trịnh còn tấn công miền Nam thêm 3 trận nữa, lần nào cũng để hỗ trợ phe nổi loạn tại miền Nam và đều thất bại. Tới năm 1655 phía khởi chiến là Chúa Nguyễn, đây là cuộc giao tranh thứ năm. Quân Nguyễn đẩy lui quân Trịnh từ Sông Gianh tới Hoành Sơn, hai bên giao tranh kịch liệt nhưng không đạt tới thắng bại, cuối cùng đành chấp nhận đình chiến, địa giới là Sông Gianh, cuộc nội chiến Trịnh Nguyễn kéo dài khoảng 50 năm.

Trong thời gian ngưng chiến giữa hai miền gọi là Đàng Trong và Đàng Ngoài, họ Trịnh gặp nhiều khó khăn tại miền Bắc và kết cục là bị Tàu chiếm đoạt một phần lãnh thổ. Tại Đàng Trong, các Chúa Nguyễn mở mang bờ cõi, chiếm đoạt toàn bộ nước Chiêm Thành và một phần lãnh thổ Chân Lạp. Vào giữa thế kỷ 18 đất của Chúa Nguyễn trải dài từ Sông Gianh tới Hà Tiên.

5.2/ Chấm dứt hai triều đại Trịnh Nguyễn, Vua Quang Trung đại phá quân Thanh

Vào năm 1771, khi cả hai chế độ Trịnh Nguyễn bắt đầu suy thoái, thì tại ấp Tây Sơn thuộc Đàng Trong, ba anh em Nguyễn Nhạc Nguyễn Huệ và Nguyễn Lữ đã nổi lên với danh nghĩa là để hỗ trợ Chúa Nguyễn Phúc Thuần chống lại sự chuyên quyền của Quốc Phó Trương Phúc Loan. Lực lượng Tây Sơn ban đầu khai thác chủ trương "Lấy của người giàu chia cho người nghèo" nên thu phục được dân chúng đi theo rất đông, nhất là họ đang phải chịu đựng sưu thuế nặng nề của Chúa Nguyễn. Chẳng bao lâu quân Tây Sơn, được huấn luyện chiến đấu dũng mãnh, chiếm được nhiều thị trấn và cả thành Qui Nhơn. Lực Lượng của Chúa Nguyễn cố sức đánh dẹp nhưng bị thua.

Năm 1774, lợi dụng sự hỗn loạn tại Đàng Trong, quân của Chúa Trịnh tràn qua sông Gianh đánh chiếm thành Phú Xuân và vượt đèo Hải Vân tiến đến Quảng Nam. Dưới áp lực của quân Trịnh tại phía Bắc, Tây Sơn đồng thời bị Chúa Nguyễn phản công từ phía Nam nên đã phải điều đình với quân Trịnh và được giao trách nhiệm tiên phong để đánh chiếm giang sơn họ Nguyễn. Năm 1775, Nguyễn Huệ cầm quân tái chiếm Phú Yên khiến quân Tây Sơn làm chủ được toàn bộ phần Bắc của Đàng Trong. Từ đây tiến xuống đánh chiếm Gia Định, lãnh đạo họ Nguyễn tại Đàng Trong hoàn toàn bị tiêu diệt, chỉ có người cháu là Nguyễn Phúc Ánh, lúc đó mới 15 tuổi, chạy thoát được ra đảo Thổ Châu.

Sau khi lấy được Gia Định, Nguyễn Nhạc sai Nguyễn Huệ tiến quân ra bắc đánh chiếm Phú Xuân đang bị quân Trịnh trấn giữ. Nguyễn Huệ dùng mưu kế ly gián tướng giữ thành trước khi tấn công nên đã đạt được thắng lợi dễ dàng, đến đây quân Tây Sơn đã kiểm soát được toàn bộ Đàng Trong.

Sau chiến thắng Phú Xuân vào năm 1774, nhân họ Trịnh ở Đàng Ngoài đang có tranh chấp cộng thêm nạn kiêu binh, Nguyễn Hữu Chỉnh từ Đàng Ngoài mới về hàng phục Tây sơn biết rõ được điều này nên khuyên có thể đánh chiếm dễ dàng. Nguyễn Huệ tiến ra Bắc, quân Tây Sơn đánh đâu thắng đó, Chúa Trịnh Khải không chống cự nổi rút khỏi Thăng Long rồi tự tử chết. Nguyễn Huệ vào thành, yết kiến vua Lê, tuyên bố trả lại quyền bính cho Nhà Lê rồi rút về lại Phú Xuân. Nguyễn Hữu Chỉnh chạy theo nhưng Tây Sơn cho ở lại canh giữ Nghệ An.

Chẳng bao lâu, dư đảng họ Trịnh nổi lên tại Đàng Ngoài, Vua Lê Chiêu Thống phải kêu Nguyễn Hữu Chỉnh ra cứu viện. Nguyễn Hữu Chỉnh, nhân cơ hội ra cứu Vua Lê đã chiếm đoạt quyền bính và ly khai với Tây Sơn. Nguyễn Huệ liền sai Vũ Văn Nhậm ra Bắc đánh dẹp Nguyễn Hữu Chỉnh. Vua Lê không còn nơi nương tựa, phải bỏ chạy qua Tàu cầu viện.

Năm 1788, Nhà Thanh bên Tàu sai Tổng Đốc Lưỡng Quảng Tôn Sĩ Nghị đem 200.000 quân tràn vào Đại Việt lấy cớ giúp Vua Lê nhưng thực chất là để chiếm đóng. Trước đà tiến của quân Thanh, quân Tây Sơn phải rút lui từ Thăng Long về phòng thủ tại núi Tam Điệp rồi khẩn báo về Phú Xuân.

Tại Phú Xuân, hay tin vua Lê Chiêu Thống đã bỏ nước ra đi nay lại rước giặc về xâm lăng bờ cõi, Nguyễn Huệ lên ngôi Hoàng Đế, lấy hiệu là Quang Trung xuất quân tiến ra Bắc đánh quân Thanh. Chỉ trong 10 hôm, quân của Quang Trung đã thần tốc dẹp tan đạo quân của Tôn Sĩ Nghị trong chiến thắng tại Đống Đa. Tướng nhà Thanh là Sầm Nghi Đống phải treo cổ tự vận, Tôn Sĩ Nghị chỉ kịp lên ngựa chạy về Tàu, bỏ lại cả ấn tín tại Thăng Long.

5.3/ Nhà Tây Sơn

Nhà Tây Sơn khởi nghiệp vào năm 1771, sau khi cực thịnh vài năm thì bắt đầu chia rẽ nội bộ. Tây Sơn chia làm ba triều đình nhỏ, Nguyễn Nhạc phong cho Nguyễn Huệ làm Bắc Bình Vương cai trị từ đèo Hải Vân ra phía Bắc, Nguyễn Lữ làm Đông Định Vương trấn thủ đất Gia Định, còn Nguyễn Nhạc là Trung Ương Hoàng Đế đóng đô tại Qui Nhơn.

Trong 3 anh em, Nguyễn Lữ yếu kém hơn cả. Từ năm 1776 tới 1785 quân Tây Sơn đã 6 lần tấn công vào Gia Định, lần nào cũng đánh quân Nguyễn Phúc Ánh chạy tan tành. Nhưng mỗi lần quân chủ lực Tây Sơn rút về Qui Nhơn, giao đất Gia Định lại cho Nguyễn Lữ, các trung thần của Nguyễn Phúc Ánh, cũng còn gọi là Nguyễn Ánh, tụ tập phản công chiếm lại Gia Định. Tới năm 1788 Nguyễn Lữ bạc nhược trở về Qui Nhơn rồi lâm bệnh qua đời.

Tuy xưng danh Trung Ương Hoàng Đế nhưng Nguyễn Nhạc không thể hiện được vai trò đó. Vì thế khi Nguyễn Ánh tấn công Gia Định, Nguyễn Lữ bỏ chạy, Nguyễn Nhạc vẫn an vị không hề cử quân tiếp viện hay phản công. Ông cũng không có chương trình cai trị gì đáng lưu ý trong vùng Qui Nhơn, Bình Thuận do ông kiểm soát. Khi bị Nguyễn Ánh tấn công, bao vây tại Qui Nhơn, Nguyễn Nhạc phải cho người ra Phú Xuân cầu viện. Vào lúc này vua Quang Trung đã mất, ngôi vua truyền lại cho con là Quang Toản. Vua Quang Toản gửi quân vào giải vây Qui Nhơn, đuổi được quân Nguyễn Ánh, nhưng chiếm luôn thành tiếm quyền bác ruột khiến Nguyễn Nhạc uất ức lâm bệnh chết.

Trong ba vương triều do Tây Sơn lập nên, vương triều của Nguyễn Huệ là lâu dài và có nhiều đóng góp cho lịch sử nước ta hơn cả. Vào cuối năm 1788, Nguyễn Huệ lên ngôi Hoàng Đế, lấy hiệu là Quang Trung. Sau khi đánh bại quân Thanh, vua Quang Trung đã trở thành vị lãnh đạo tối cao của triều Tây Sơn.

Ngoài thiên tài về quân sự vì hầu hết các trận đánh lớn của Tây Sơn đều do Quang Trung chỉ huy, ông đã có những cải cách quan trọng về hành chánh và văn hóa. Đặc biệt nhà vua coi trọng việc ngoại giao với Nhà Thanh và tổ chức ngoại thương. Chỉ dưới triều Quang Trung, lần đầu tiên trong lịch sử nước ta dân chúng hai nước Tàu và Việt mới được phép giao thương bình đẳng ngay chính trên đất Tàu.

Đáng tiếc, các chính sách của Quang Trung đưa ra chưa áp dụng được bao lâu thì ngày 29 tháng 7 năm 1792 ông mất khi mới 40 tuổi. Quang Toản là con trai lên nối ngôi không tiếp nối được những công trình của cha. Đã thế, triều chính lại nhanh chóng xảy ra mâu thuẫn nội bộ làm cho thế lực Tây Sơn trở nên suy yếu và chẳng bao lâu sau đã sụp đổ trước sự tấn công của Nguyễn Ánh.

5.4/ Vua Gia Long thống nhất Việt Nam

Khi Tây Sơn đánh tan lực lượng của Chúa Nguyễn tại Đàng Trong vào năm 1777, chỉ một mình Hoàng Tôn

Nguyễn Phúc Ánh (cháu nội của Chúa Nguyễn Phúc Khoát) từ Gia Định trốn thoát được qua đảo Thổ Châu. Từ đây ông tiếp tục vượt thoát được trong nhiều trận truy đuổi sinh tử khác.

Sau khi Gia Định bị Tây Sơn đánh chiếm lần đầu vào năm 1777, chỉ sáu tháng sau Nguyễn Ánh đã quay trở lại, được Đỗ Thành Nhơn tôn làm Đại Nguyên Soái, qua năm 1778 Nguyễn Ánh thu phục trở lại toàn cõi Gia Định. Từ đây ông bành trướng thế lực qua Chân Lạp.

Tới tháng 4 năm 1781 vì nghi kỵ, Nguyễn Ánh giết Đỗ Thành Nhơn. Một số tướng sĩ của họ Đỗ nổi loạn. Nghe tin này, Nguyễn Nhạc sai Nguyễn Huệ đem quân vào chiếm lại được Gia Định. Nguyễn Ánh thua to, cùng tàn quân chạy về Hậu Giang rồi bỏ trốn ra đảo Phú Quốc. Trong hai năm 1782, 1783 quân Tây Sơn và Nguyễn Ánh giao tranh nhiều lần trong thế giằng co. Cứ mỗi lần thua, sau khi đại quân Tây Sơn rút về Qui Nhơn, Nguyễn Ánh lại quay trở lại đánh chiếm đất Gia Định.

Vào đầu năm 1784, sau khi bị đánh thua chạy ra đảo Thổ Châu, Nguyễn Ánh qua Xiêm cầu viện, được vua Xiêm sai hai tướng Chiêu Sương và Chiêu Tăng đem 20.000 quân và 300 chiến thuyền qua giúp. Lần này quân Xiêm bị Nguyễn Huệ đánh bại tại sông Tiền (đoạn giữa rạch Gầm và rạch Xoài Mút), chiến thuyền bị tan nát hết, tàn quân phải theo đường bộ băng qua Chân Lạp chạy về. Nguyễn Ánh thoát vòng vây qua tá túc bên Xiêm.

Năm 1783, Nguyễn Ánh cử Giám Mục Bá Đa Lộc cùng Hoàng Tử Cảnh qua Pháp cầu viện. Hiệp ước Versailles được ký kết vào năm 1787 giữa bá tước de Montmorin đại diện cho vua nước Pháp Louis 16 và Giám Mục Bá Đa Lộc thay mặt cho Nguyễn Ánh. Nhưng sau đó, vì sự bất hòa giữa Giám Mục Bá Đa Lộc và toàn quyền Conway, người được lệnh vua Louis thi hành hiệp ước đang ở Ấn Độ, nên ông này không thi hành và tâu về nước hủy bỏ hiệp ước.

Giám mục Bá Đa Lộc phải tự mình vận động mua thuyền bè và súng đạn, cũng như tuyển mộ binh lính đánh thuê Tây Âu cho Nguyễn Ánh, về lại tới Gia Định vào năm 1789.

Năm 1787, được tin có sự bất hòa giữa anh em Tây Sơn, Nguyễn Ánh để lại thư cáo biệt cho vua Xiêm rồi lặng lẽ kéo hết quân rời Xiêm La về nước.

Giữa năm 1787 quân của Nguyễn Ánh tới cửa Cần Giờ tấn công lực lượng của Nguyễn Lữ theo nhiều mặt, Nguyễn Lữ phải rút về Qui Nhơn, quân Tây Sơn bị tan rã, địa phận Gia Định lại trở về tay Nguyễn Ánh, lần này Nguyễn Ánh chiếm cứ lâu dài và Gia Định trở thành một căn cứ phát triển về nhiều mặt.

Từ Gia Định Nguyễn Ánh tổ chức nhiều cuộc tấn công ra Bắc. Năm 1790 và 1792 là 2 trận đánh thăm dò đầu tiên, đánh rồi rút về, tại vùng Bình Thuận, Phú Yên. Đến năm 1793, quân Nguyễn Ánh tấn công bao vây Qui Nhơn lần đầu rồi rút.

Năm 1797 Nguyễn Ánh tấn công Qui Nhơn lần thứ nhì và đến năm 1799 đại quân Nguyễn Ánh bao vây Qui Nhơn lần thứ ba và chiếm được thành.

Năm 1800, đại quân Tây Sơn từ Phú Xuân kéo vào giải vây Qui Nhơn, 2 tướng của Nguyễn Ánh là Võ Tánh và Ngô Tòng Châu liều chết để cầm cự giữ thành. Lợi dụng tình trạng lực lượng của Tây Sơn dồn cả vào Qui Nhơn, Nguyễn Ánh vòng ra tấn công và đánh chiếm được kinh đô Phú Xuân, vua Tây Sơn là Nguyễn Quang Toản thua trận phải bỏ chạy ra Bắc.

Tháng 5 năm 1802 Nguyễn Ánh lên ngôi Hoàng Đế tại Phú Xuân, lấy hiệu là Gia Long. Tháng sau vua Gia Long tiến quân ra Bắc truy kích tàn quân của Tây Sơn. Quân của Gia Long tiến tới đâu thắng tới đó, vua Quang Toản bị bắt sống khi vượt sông Nhị Hà, toàn bộ các hoàng thân và tướng lãnh hoặc bị bắt, hoặc tự vận chết.

Vua Gia Long thống nhất được toàn bộ giang sơn Đại Việt, đặt quốc hiệu là Nam Việt, sau theo yêu cầu của nhà Thanh, đổi thành Việt Nam.

6/ Từ nước Việt Nam thống nhất và độc lập vào năm 1802 qua tình trạng bị nội thuộc Pháp vào năm 1884 và các cuộc tranh đấu giành độc lập sau đó

Dưới triều vua Gia Long, về binh bị, Việt Nam được coi như một đế quốc hùng cường tại Đông Nam Á. Vốn là một người tài trí, vua Gia Long đã cực kỳ gian truân để tồn tại và chiến thắng các đối thủ, điều này đã là dấu ấn ảnh hưởng lên đường lối trị vì của ông. Ông chủ trương một chính sách khắc nghiệt để khai thác và chế ngự người dân nhằm củng cố triều đại. Dân chúng phải chịu nhiều sưu cao thuế nặng để cung phụng cho một guồng máy cai trị nặng nề nên tình trạng đói khổ tràn lan, dẫn tới nhiều cuộc nổi loạn khiến quan quân tốn nhiều công sức đánh dẹp và lòng người thêm ly tán. Nét chính của triều đình Gia Long là sự tiếp nối tính độc tôn và bảo thủ Nho giáo, điển hình là việc kiểm soát chặt chẽ về tôn giáo và ngăn cấm dân chúng không được phép tôn sùng những tôn giáo mới từ phương Tây. Để việc ngăn cấm này hiệu quả, triều đình theo chính sách bế quan tỏa cảng cấm thương nhân ngoại quốc. Đây là một nguyên nhân quan trọng khiến Việt Nam tiếp tục lạc hậu nhiều năm sau đó.

Tuy lạc hậu về kỹ thuật và xã hội, trên phương diện văn học, đã có nhiều sinh hoạt khởi sắc dưới triều Gia Long. Tác phẩm nổi tiếng nhất trong nền văn học Việt Nam là Truyện Kiều đã được Nguyễn Du viết trong giai đoạn này. Ngoài Nguyễn Du và Truyện Kiều cũng còn nhiều tác giả và sáng tác thuộc các bộ môn khác.

Qua tới thời vua kế nghiệp là Minh Mạng, chính sách của Triều đình càng thêm khắt khe, nhà vua lại còn tìm cách mở rộng ảnh hưởng tại các quốc gia lân bang, tình trạng giặc giã nổi lên trong nước còn trầm trọng hơn nữa.

Trong tư duy bảo thủ chung từ vua cho tới các quan, cũng có một số biệt lệ mà điển hình là trường hợp Nguyễn Trường Tộ. Nguyễn Trường Tộ học hỏi về các tiến bộ kỹ thuật của Tây phương và có viết nhiều bản điều trần xin thực hiện cải cách và canh tân đất nước, nhưng các đề nghị của ông không được nghe theo.

6.1/ Pháp xâm lăng, Việt Nam trở thành thuộc địa của Pháp

Vào thế kỷ 19, các quốc gia Tây Phương có chính sách chinh phục và chiếm đoạt thuộc địa tại các nơi và Việt Nam nằm trong tầm nhắm của Pháp. Vào năm 1858, dưới thời vị vua thứ 4 của Nhà Nguyễn là vua Tự Đức, lấy cớ triều đình Việt Nam giết giáo sĩ Tây phương và cấm đạo Thiên Chúa, hải quân Pháp bắn phá thành lũy của ta ở Đà Nẵng. Đó là các phát súng đầu tiên mở đầu cho cuộc xâm lược của Pháp tại Việt Nam.

Năm 1859 quân Pháp bỏ Đà Nẵng, quay xuống tấn công Nam Kỳ, các tỉnh miền Đông là Gia Định, Biên Hòa và Định Tường lần lượt thất thủ. Năm 1862, triều đình Tự Đức buộc phải ký hòa ước nhượng hẳn 3 tỉnh miền Đông cho Pháp, dù vậy, qua năm sau vua Tự Đức vẫn sai Phan Thanh Giản qua Pháp đòi chuộc ba tỉnh đã nhượng nhưng thất bại. Năm 1867, Pháp tấn công Vĩnh Long, Phan Thanh Giản biết không giữ nổi và để tránh thương tổn cho dân, ông tự ý giao thành rồi tự tử. Thừa cơ hội này, Pháp đơn phương tuyên bố toàn bộ 6 tỉnh Nam Kỳ là lãnh địa của Pháp.

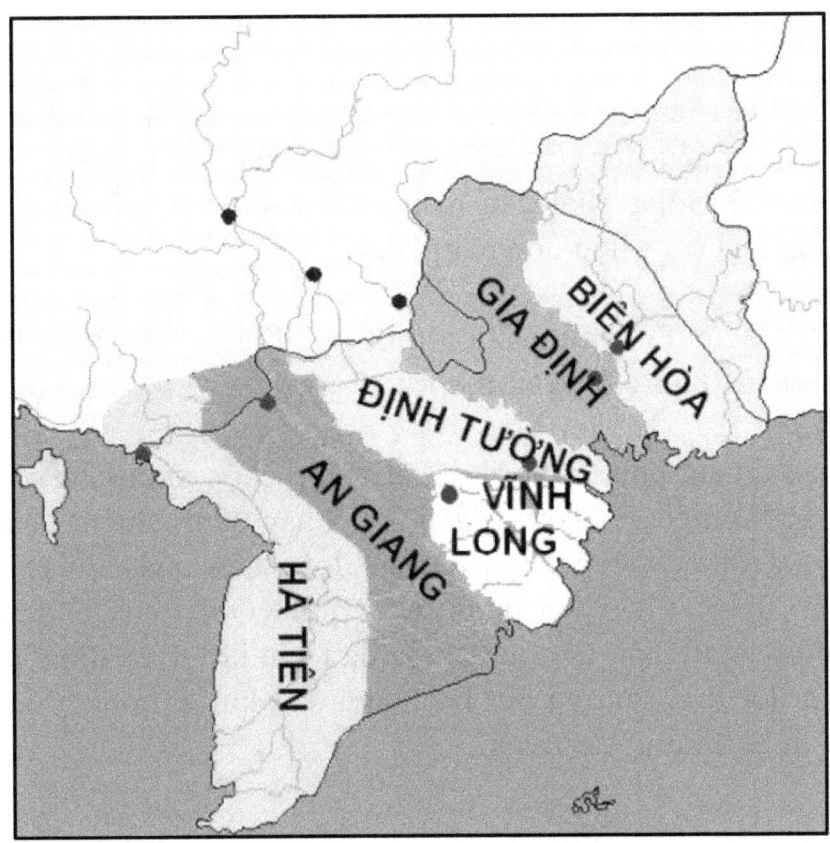

Nam kỳ lục tỉnh vào năm 1862

Sau khi chiếm được Nam Kỳ, Pháp kiếm cớ lấn ra miền Bắc. Lần lượt các tỉnh tại Bắc Kỳ thất thủ, các tướng Nguyễn Tri Phương, Hoàng Diệu thua trận rồi tự vận.

Trong nỗ lực tìm cách chống Pháp, Triều đình Tự Đức cầu viện nhà Thanh bên Tàu. Quân Thanh do Phùng Tử Tài chỉ huy cũng nhân cơ hội này, tiến qua Việt Nam đánh chiếm Bắc Kỳ khỏi tay quân Pháp. Nhiều cuộc giao tranh giữa quân Tàu và quân Pháp đã diễn ra tại vùng trung châu Bắc kỳ. Sau quân Pháp đánh qua Đài Loan và Phúc Châu, buộc Nhà Thanh phải lui quân, ký hiệp ước Thiên Tân (1885) chấp nhận quyền cai trị của Pháp tại Việt Nam.

Về phía triều đình Huế, trước sự tấn công của tàu chiến Pháp từ biển tiến vào Sông Hương, biết không đánh nổi nên buộc lòng phải đầu hàng, chấp nhận sự đô hộ của Pháp qua các Hiệp ước năm 1883, 1884.

6.2/ Các cuộc tranh đấu giành độc lập của người Việt Nam từ thế kỷ 19 qua thế kỷ 20

Việc kháng cự của người Việt trước cuộc xâm lăng của Pháp đã diễn ra ngay từ đầu, khi Pháp đánh chiếm Nam Kỳ. Trương Công Định đã lập đoàn dân quân để phối hợp kháng Pháp với quân triều đình. Quân của ông và Thủ Khoa Huân tiếp tục chiến đấu sau khi triều đình Tự Đức ký hòa ước và chỉ bị tan rã sau khi Trương Công Định bị thương và tự vận.

Ngoài ra, lực lượng nghĩa binh cũng tự dấy lên chống giặc ngoại xâm. Từ năm 1861 tới 1868 đã có trên 40 vụ khởi nghĩa chống Pháp trong 6 tỉnh Nam Kỳ. Được biết tới hơn cả có Thiên Hộ Dương tại Đồng Tháp, Nguyễn Trung Trực tại An Giang, Phan Liêm và Phan Tôn (hai người con của Phan Thanh Giản) tại Bến Tre, Trương Quyền tại Tây Ninh.

Kháng chiến Phan Đình Phùng (1885 - 1896)

Năm 1885 quan Đại thần Tôn Thất Thuyết quyết định tấn công Pháp tại đồn Mang Cá nhưng việc không thành nên đưa vua Hàm Nghi chạy ra Quảng Trị tại một vùng bí mật đã được chuẩn bị từ trước, tại đây Hịch Cần Vương nhân danh vua Hàm Nghi đã được loan truyền trong cả nước kêu gọi dân chúng vùng lên đánh đuổi quân Pháp xâm lược. Phong trào Cần Vương được dân chúng khắp nơi hưởng ứng, lúc đầu coi như thái độ trung quân với vua Hàm Nghi. Sau khi vua đã bị Pháp bắt và đầy qua Phi Châu, cuộc kháng chiến vẫn tiếp tục trong tinh thần chống xâm lăng vì quốc gia, dân tộc. Các cuộc khởi nghĩa này có đặc tính chung là giới hạn tại các địa phương, không có sự phối hợp.

Năm 1885 khi có hịch Cần Vương, Phan Đình Phùng đã chấp hành lệnh của Tôn Thất Thuyết và đã tổ chức được tại Hương Khê cuộc kháng chiến quy mô và kéo dài lâu nhất trong thời gian ngặt nghèo đó. Phan Đình Phùng là một nhà Nho khoáng đạt đối với người Công Giáo, ông chủ trương "Lương Giáo Thông Hành" để người theo Phật Giáo và Thiên Chúa Giáo có thể sống hòa hiếu với nhau. Ông cũng còn là một nhà Nho có óc cấp tiến và khoa học. Với sự cộng tác của Cao Thắng, nghĩa binh của Phan Đình Phùng được chính người Pháp công nhận là được luyện tập và tổ chức chu đáo, vũ khí tự chế có mức độ tinh xảo gần bằng súng do Tây phương sản xuất.

Cuộc kháng chiến của Phan Đình Phùng bị tan vỡ vào năm 1896 trong một chiến dịch càn quét quy mô của Pháp, sau khi Cao Thắng bị tử trận và Phan Đình Phùng bị bệnh chết.

Đồng thời với Phan Đình Phùng, hưởng ứng hịch Cần Vương còn phải kể tới các cuộc kháng chiến lẫy lừng khác:

Mai Xuân Thưởng tại Bình Định (1885-1887) với câu tuyên bố lẫm liệt: "Làm tướng chỉ có thể mất đầu chứ quyết không đầu hàng".

Đinh Công Tráng tại chiến khu Ba Đình, Thanh Hóa (1886-1887). Tại đây quân Pháp đã phải huy động trên 4.000 quân để bao vây, sử dụng đại bác và dầu lửa đốt các lũy tre làng, biến căn cứ kháng chiến thành một biển lửa.

Nguyễn Thiện Thuật (1883 - 1892), là một vị quan triều đình Huế, ngay khi Hà Nội thất thủ ông đã tổ chức chiến khu Bãi Sậy tại Đông Triều, cầm cự được nhiều cuộc tấn công của Pháp trong suốt 9 năm.

Vào năm 1896, sự tan vỡ của cuộc kháng chiến Phan Đình Phùng có thể coi như thời điểm chấm dứt của phong trào Cần Vương.

Đề Thám và cuộc kháng chiến Yên Thế

Hoàng Hoa Thám, còn được gọi là Đề Thám, từng chống

Pháp nhiều năm trước khi có hịch Cần Vương. Ông là một nhà quân sự có tài, tổ chức chiến khu tại vùng rừng núi Yên Thế, được dân chúng hỗ trợ và vượt thoát rất nhiều cuộc vây bắt của Pháp. Người đồng thời gọi ông là "Hùm Xám Yên Thế". Lực lượng của ông lúc chiến lúc hòa với người Pháp. Đã có lúc địa bàn hoạt động của nghĩa quân Yên Thế được mở rộng từ trung du đến đồng bằng, kể cả vùng Hà Nội. Cuộc khởi nghĩa tại một trại lính ở Hà Nội do ông chỉ đạo vào năm 1908, được gọi là vụ "Hà thành đầu độc" đã làm chấn động khắp cả nước. Đầu năm 1909, Thống sứ Bắc Kỳ đã huy động một lực lượng lớn nhất gồm 15.000 quân chính quy tấn công vào căn cứ Yên Thế. Lực lượng nghĩa quân giảm sút dần và tới đầu 1910 bị tan rã. Đề Thám phải sống ẩn náu trong núi rừng Yên Thế cho đến khi mất vào năm 1913.

<u>Cuộc đề kháng của Phan Bội Châu và Phan Chu Trinh</u>

Sau khi phong trào Cần Vương và cuộc kháng chiến Yên Thế bị tàn lụi giới Nho sĩ Việt Nam thấy phải chuyển hướng công cuộc chống Pháp theo lối suy nghĩ mới và vận động hỗ trợ từ bên ngoài, tiêu biểu là Phan Bội Châu và Phan Châu Trinh. Phan Bội Châu hướng đến việc nhờ cậy một thế lực có sức mạnh khác hỗ trợ bằng cả tri thức và võ trang và chọn lựa Nhật Bản. Trong khi đó, Phan Châu Trinh cho rằng cần phải thay thế hệ thống nho học hủ lậu và xây dựng một chế độ chính trị dân chủ bằng các biện pháp đối kháng bất bạo động để buộc thực dân Pháp phải thực thi những lời hứa và cam kết khai hóa cho dân tộc Việt Nam.

Phan Bội Châu tổ chức phong trào Đông Du, đưa thanh niên qua Nhật học hỏi và tìm hậu thuẫn. Phong trào được các sĩ phu trong nước ủng hộ qua việc tổ chức trường Đông Kinh Nghĩa Thục để truyền bá các tư tưởng cấp tiến. Được một thời gian phong trào Đông Du thất bại vì Pháp vận động thành công để Nhật trục xuất hết cả nhóm người Việt. Đồng thời Pháp cũng đóng cửa Đông Kinh Nghĩa Thục tại Hà Nội và các chi nhánh, bắt tù các người tổ chức và cấm lưu hành các tài liệu đã được ấn hành.

Nhóm Phan Bội Châu chuyển qua hoạt động bên Tàu, thành lập Việt Nam Quang Phục Hội tại Quảng Châu, kích động nhiều cuộc chống đối trên toàn quốc như cuộc khởi nghĩa Thái Nguyên do Lương Ngọc Quyến và Đội Cấn cầm đầu. Nhiều cuộc ám sát cũng được tiến hành nhắm vào chính giới Pháp và những thành phần thân Pháp như Phạm Hồng Thái ám sát toàn quyền Pháp ở Sa Điện, Quảng Châu. Phong trào đã bị Pháp thẳng tay đàn áp, nhiều người bị xử tử và hàng ngàn người khác bị bắt giam. Chỉ tại Nam Kỳ, đã có 51 người bị xử tử trong cuộc nổi dậy của Phan Xích Long.

Năm 1925 Phan Bội Châu bị mật vụ Pháp bắt cóc tại Thượng Hải, cuộc kháng Pháp của Việt Nam Quang Phục Hội cũng bị tàn lụi từ đó.

Vào đầu thập niên 1930, sau chiến dịch đàn áp của Pháp, chỉ còn lại ở Việt Nam hình thức chống đối gián tiếp trong phong trào Duy Tân, qua các sinh hoạt báo chí bài xích lối sinh hoạt hủ lậu trong xã hội Việt Nam nhưng không đối đầu trực tiếp với Pháp.

Việt Nam Quốc Dân Đảng

Vào năm 1927, một tổ chức phát triển văn hóa có tên là Nam Đồng Thư Xã chuyển hóa thành Việt Nam Quốc Dân Đảng (VNQDĐ). Đây là một đảng cách mạng võ trang do Nguyễn Thái Học lãnh đạo hoạt động trên toàn quốc, mạnh nhất là tại Bắc Phần. Do cuộc ám sát Bazin, nhân viên của chính quyền thuộc địa đặc trách bắt dân phu tại miền Bắc để cung cấp cho các đồn điền của Pháp tại miền Nam, mật thám Pháp tổ chức ruồng bắt đảng viên VNQDĐ. Trước số lượng đảng viên bị bắt ngày một đông, dẫn tới nguy cơ Đảng bị tiêu diệt, Nguyễn Thái Học và toàn ban lãnh đạo VNQDĐ quyết định Tổng Khởi Nghĩa mặc dầu biết chắc là sẽ thất bại. Cuộc khởi nghĩa nổi lên tại Yên Báy đã bị Pháp dẹp tan mau chóng, Thực dân Pháp trả thù tàn bạo, dùng cả máy bay để phá hủy các làng bi nghị có hỗ trợ cho cuộc khởi nghĩa. Nguyễn Thái Học cùng 12 đồng chí đã bị bắt và bị tử hình vào tháng 6 năm 1930.

Liệt sĩ Việt Nam Quốc Dân Đảng sau khi bị chém tại Yên Bái. Trong vòng tròn là đầu của Đảng trưởng Nguyễn Thái Học (hình này được đăng trên các báo Pháp Việt sau ngày hành quyết)

ĐÔI DÒNG SỬ VIỆT

Việt Nam Thanh Niên Cách Mạng Đồng Chí Hội

Đồng thời với việc Nguyễn Thái Học thành lập Việt Nam Quốc Dân Đảng tại quốc nội, vào năm 1925 tại Quảng Châu bên Tàu, Nguyễn Ái Quốc, một đảng viên Cộng Sản, cán bộ của Quốc tế Cộng sản Comintern, thành lập Việt Nam Thanh Niên Cách Mệnh Đồng Chí Hội. Với bên ngoài, chủ trương của VNTNCMĐCH chỉ là giải phóng dân tộc, không cộng sản nhưng cơ cấu tổ chức theo mô hình đảng Cộng Sản và hoàn toàn do Nguyễn Ái Quốc và một số đảng viên cộng sản điều hành. Trên danh nghĩa Phan Bội Châu là Hội Chủ nhưng chưa bao giờ có cuộc gặp gỡ giữa họ Phan và họ Nguyễn và Phan Bội Châu đã bị Pháp bắt cóc liền sau đó. Tổ chức VNTNCMĐCH phát triển nhanh chóng vào trong nước, tiến tới thành lập các Xứ ủy Bắc Kỳ, Trung Kỳ và Nam Kỳ. Đã có lúc tổ chức này bàn định phối hợp với VNQDĐ.

Năm 1928, Comintern quyết định cho phép dân tại thuộc địa của Pháp thành lập đảng Cộng Sản, điều này đã tạo nên mâu thuẫn trong VNTNCMĐCH. Trong khi ban lãnh đạo tại Quảng Châu muốn duy trì đường lối không cộng sản vì e ngại phản ứng của chính quyền QDĐ Trung Hoa, các thành phần trong nước đã ly khai và lập nên 3 đảng Cộng Sản. Tỉnh Bộ Thanh Niên tại Hải Phòng thành lập Đông Dương Cộng Sản Đảng rồi kéo theo toàn bộ Kỳ Bộ Bắc Kỳ. Tại Trung Kỳ các thành phần Thanh Niên phối hợp với các đảng viên Tân Việt thành lập đảng cộng sản lấy tên là Đông Dương Cộng Sản Liên Đoàn. Tại Nam Kỳ, sau khi cơ sở VNTNCMĐCH bị tan rã vì vụ án mạng đường Barbier (vụ giết người do việc thanh trừng trong hàng ngũ VNTNCMĐCH, khiến một số cán bộ và lãnh tụ bị xử tử hoặc tù đày), các thành phần còn lại lập ra An Nam Cộng Sản Đảng, đối lập với ĐDCSĐ.

Năm 1930, tại vùng Nghệ An Hà Tĩnh cán bộ cộng sản đã vận động nông dân biểu tình chống tô thuế và các nhân viên xã ấp, thành lập các đơn vị hành chánh mang tên "Xô Viết" giống như khuôn mẫu tại các vùng bên Tàu do Trung cộng kiểm soát, có trên 30 Xô Viết đã được thành lập tại vùng Nghệ Tĩnh. Chính quyền Pháp đã đàn áp dữ dội phong trào này, số nông dân bị bắt và tra tấn lên tới nhiều ngàn người. Tới giữa năm 1931 thì cuộc nổi dậy Xô Viết Nghệ Tĩnh bị dẹp yên, toàn bộ cấp lãnh đạo đảng Cộng Sản, kể cả Tổng Bí Thư Trần Phú đều bị bắt. Tại Hồng Kông Nguyễn Ái Quốc cũng bị bắt trong dịp này. Đảng Cộng Sản hoàn toàn bị tê liệt, chỉ hoạt động trở lại vào năm 1936.

Nội Các Trần Trọng Kim

Thế chiến thứ 2 bùng nổ, tháng 9/1940 quân Nhật tràn vào Việt Nam, lần lượt thâu tóm quyền hành. Cuối cùng ngày 9/3/1945 quân Nhật tấn công lật đổ Pháp, tuyên bố trao trả độc lập cho Việt Nam, vua Bảo Đại cử Trần Trọng Kim thành lập chính phủ.

Vào bình minh của nền độc lập này, dân tộc Việt Nam đã trải qua một tai họa khủng khiếp, đó là nạn đói đã giết hại gần 2 triệu người dân miền Bắc. Nạn đói này có 2 nguyên nhân chính, thứ nhất vì một phần ruộng đất phải dành để trồng cây kỹ nghệ phục vụ cho guồng máy chiến tranh của Nhật, thứ nhì vì giao thông bị ngăn chặn do tình trạng chiến tranh khiến thóc gạo tại miền Nam không thể chở ra cung cấp cho miền Bắc.

Trong một thời gian ngắn ngủi chính phủ Trần Trọng Kim đã đạt được nhiều thành quả về xã hội và giáo dục, trong khi về an ninh và quân sự vẫn hoàn toàn thuộc quyền quân Nhật. Nhật duy trì quyền lực tại Việt Nam cho đến khi quân đội Đồng Minh vào giải giới họ sau khi Nhật Hoàng đầu hàng Đồng Minh vào ngày 15 tháng 8 năm 1945.

7/ Việt Nam từ cuộc chiến đấu giành độc lập chuyển qua nội chiến Cộng sản - Quốc gia trong khung cảnh chiến tranh lạnh của thế giới vào thế kỷ 20

Năm 1934 Comintern giao cho hai cán bộ cộng sản là Lê Hồng Phong và Hà Huy Tập từ Ma Cao tổ chức trở lại Đảng Cộng Sản Đông Dương. Nhờ chính sách cởi mở của Pháp dưới thời chính phủ Mặt Trận Bình Dân lúc bấy giờ, cho tới năm 1937 ĐCSĐD đã trở nên đảng cách mạng có nhân sự và được tổ chức quy mô nhất tại Việt Nam.

Cùng trong thời gian này, sau khi các cuộc nổi dậy đã bị dẹp tan đầu thập niên 1930, sinh hoạt đề kháng ở trong nước chỉ còn mang tính cách văn hóa, xã hội với sự thành lập của Tự Lực Văn Đoàn vào năm 1933. Tới năm 1937, hai nhà văn có tư tưởng chính trị sâu sắc nhất trong Tự Lực Văn Đoàn là Nguyễn Tường Tam và Nguyễn Tường Long đã thành lập đảng Đại Việt Dân Chính, có thể nói đây là đảng quốc gia thứ nhì sau Việt Nam Quốc Dân Đảng. Thành phần đảng viên của Đại Việt Dân Chính phần lớn là các nhà trí thức, thiếu sự tham dự rộng rãi của quần chúng.

Đến năm 1938, một đảng quốc gia thứ ba do Trương Tử Anh thành lập, có tên là Đại Việt Quốc Dân Đảng. Ngoài thành phần trí thức, ĐVQDĐ có thêm sự tham gia của các học sinh và sinh viên tại các thành thị nhưng rất ít sự hiện diện của quần chúng tại nông thôn và giới thợ thuyền.

Cả hai đảng Đại Việt đều thiếu một bộ phận điều hành tại trung ương nên dễ nẩy sinh ra nhiều hệ phái, nhất là khi đảng trưởng không có điều kiện để lãnh đạo.

Vào năm 1939, trước nguy cơ Thế Chiến bùng nổ với đe dọa xâm lăng của Đức tại Âu Châu, Liên Xô đã ký hiệp ước bất tương xâm với Đức và biến cố này đã ảnh hưởng đến tình trạng đảng phái tại Việt Nam.

Vì là một tổ chức vệ tinh của Liên Xô nên đảng CSĐD đã công khai có thái độ thân Đức. Điều này đã khiến nhà cầm quyền Pháp tại Đông Dương chấm dứt thái độ cởi mở và tiến hành cuộc đàn áp để trừ hậu họa. Sau khi Thế Chiến xẩy ra, nhận thấy chính quốc Pháp bị Đức đánh bại nhanh chóng, đảng CSĐD đã quyết định tổng khởi nghĩa tại Nam Kỳ. Cuộc Nam Kỳ Khởi Nghĩa đã bị đàn áp nặng nề, hầu như toàn bộ lãnh đạo đảng đều bị cầm tù hay tử hình. Tuy nhiên cuộc đàn áp không tiêu diệt được hệ thống cơ sở của đảng CS Đông Dương và khả năng huy động quần chúng của đảng này.

7.1/ Các cuộc vận động giành lại độc lập từ Hoa Nam

Việc chấm dứt nền cai trị của Pháp tại Việt Nam đã chịu ảnh hưởng sâu xa từ các cuộc vận động tại Hoa Nam.

Vào năm 1933 Nguyễn Ái Quốc đã được giải thoát khỏi nhà tù Hồng Kông, bí mật đưa về lục địa Tàu rồi Liên Sô và chỉ trở lại Tàu vào năm 1938, tại đây Nguyễn Ái Quốc lấy tên là Hồ Quang và phục vụ như một sĩ quan cấp Tá trong Đệ Bát Lộ Quân Tàu Cộng. Đến năm 1940 Nguyễn Ái Quốc di chuyển đến Côn Minh và bắt liên lạc được với ĐCSĐD ở trong nước. Đến đây Nguyễn Ái Quốc lấy tên là Hồ Chí Minh, thành lập Việt Nam Độc Lập Đồng Minh Hội, thường được gọi tắt là Việt Minh. (Hồ Chí Minh đã lấy lại tên của tổ chức do Hồ Học Lãm lập ra trước đó 5 năm, nhưng gần như không hoạt động) Trong cốt lõi Việt Minh hợp tác chặt chẽ với Tàu Cộng, được Tàu Cộng hỗ trợ về trang bị, ngân sách và cố vấn. Mặt khác, cũng trong thời gian này, vì hầu như toàn bộ cấp lãnh đạo cộng sản ở trong nước bị bắt hoặc bị giết do cuộc Nam Kỳ Khởi Nghĩa thất bại, Hồ Chí Minh trở thành người đại diện cho Comintern, lãnh đạo Đảng Cộng Sản Đông Dương. Tuy nhiên, đối với bên ngoài Việt Minh mang hình thái một tổ chức thuần túy quốc gia, dân tộc, gồm mọi thành phần, nhằm đánh đuổi thực dân Pháp và Phát xít Nhật khỏi Việt Nam. Từ Hoa Nam, ngoài tầm kiểm soát của Pháp, Việt Minh đã điều khiển hoạt động của đảng Cộng Sản ở trong nước và tổ chức các toán võ trang tại biên giới để xây dựng lực lượng và cung cấp tin tức tình báo cho Đồng Minh trong cuộc chiến với Nhật tại Đông Dương.

Trong thời gian này, còn một số tổ chức chống Pháp khác của người Việt tại Hoa Nam, như Việt Nam Quốc Dân Đảng hải ngoại do Vũ Hồng Khanh lãnh đạo. Đây là thành phần còn lại sau khi QDĐ bị tan rã ở trong nước sau cuộc khởi nghĩa Yên Báy. Vào năm 1942, VNQDĐ đã phối hợp với một số đảng phái quốc gia khác lập nên Việt Nam Cách Mạng Đồng Minh Hội để dễ khai thác các hỗ trợ từ phía Trung Hoa Quốc Dân Đảng. Nỗ lực này đã bị phía Việt Minh nội tuyến ly gián. Việc ngầm phá hoại này không chỉ nhắm vào liên hệ giữa các tổ chức trong VNCMĐMH mà ngay cả trong nội bộ của Việt Nam Quốc Dân Đảng khiến các đảng quốc gia liên tiếp tranh chấp, không thể hợp tác hoạt động.

Cao điểm của hiện tượng lũng đoạn Việt Nam Cách Mạng Đồng Minh Hội bới đảng CS là việc tham dự của Hồ Chí Minh vào guồng máy lãnh đạo của Việt Nam Cách Mạng Đồng Minh Hội.

Vào cuối năm 1942 (8/1942), trong một cuộc di chuyển từ Việt Bắc qua Hoa Nam, Hồ Chí Minh đã bị dân quân Quốc Dân Đảng Trung Hoa bắt giữ.

Họ Hồ bị cầm tù khoảng 1 năm, sau đó đã được thả và trao cho Việt Nam Cách Mạng Đồng Minh Hội. Tại đây, do khéo léo và bản lãnh, Hồ Chí Minh đã chiếm được lòng tin của các cấp lãnh đạo Việt – Hoa, mọi người không hay biết Hồ Chí Minh chính là cán bộ cộng sản Nguyễn Ái Quốc. Cuối năm 1943, họ Hồ đã được tín nhiệm vào ban lãnh đạo Việt Nam Cách Mạng Đồng Minh Hội, cùng lúc với một lãnh tụ quốc gia khác là Nguyễn Tường Tam, cũng đã bị Tàu bắt và thả trong hoàn cảnh tương tự.

Tóm lại, trước khi Nhật bị đánh bại, đã có nhiều đảng chính trị của dân Việt hoạt động trong quần chúng, và Việt Minh có tổ chức quy mô và nhiều ảnh hưởng hơn cả.

7.2/ Việt Minh cướp chính quyền tại Hà Nội, thiết lập chế độ Việt Nam Dân Chủ Cộng Hòa

Ngày 15/8/1945 Nhật chính thức đầu hàng, trong tư thế của đoàn quân bại trận, chỉ còn giữ một vai trò trị an giới hạn tại Việt Nam. Về phía người Việt, chính phủ Trần Trọng Kim lúc đó chỉ phụ trách về văn hóa và xã hội, nên quyền lực quốc gia hầu như bị bỏ ngỏ và Việt Minh đã nhanh chóng đoạt lấy chính quyền.

Nhân cuộc biểu tình 2 ngày sau khi Nhật đầu hàng của hàng vạn công chức VN trên đường phố Hà Nội để bầy tỏ niềm vui đất nước không còn bị ngoại bang thống trị, các cán bộ Việt Minh đã xen vào trưng cờ và biểu ngữ, biến buổi mít tinh đó thành một cuộc biểu dương ủng hộ Việt Minh.

Ngày 20/8/1945 Việt Minh thành lập Ủy ban Nhân Dân Cách Mạng Bắc Bộ và chiếm đài Phát thanh Hà Nội. Hai hôm sau, dưới áp lực của Việt Minh, vua Bảo Đại tuyên chiếu thoái vị, chính phủ Trần Trọng Kim đương nhiên giải tán và Hồ Chí Minh thành lập Chính Phủ Lâm Thời.

Ngày 2/9/1945 Chính Phủ Lâm Thời ra mắt tại Hà Nội, tuyên bố thành lập chính thể Việt Nam Dân Chủ Cộng Hòa và trở thành chính phủ đại diện cho Việt Nam đối diện với cuộc trở lại của Pháp nhằm tái lập ách cai trị.

7.3/ Pháp trở lại chiếm đóng Việt Nam

Phe Đồng Minh thắng trận không quan tâm đến nguyện vọng của dân Việt Nam, đã quyết định để quân đội Anh và quân đội Trung Hoa Quốc Dân Đảng vào giải giới quân Nhật tại hai miền Nam và Bắc vĩ tuyến 16. Quân Pháp đã theo chân quân Anh vào chiếm đoạt lại phần lãnh thổ VN dưới vĩ tuyến 16, tiến hành bình định cuộc Kháng Chiến Nam Bộ do các nhóm Quốc Gia, Giáo phái và chính quyền Việt Minh phát động.

Tại Miền Bắc trong thời gian đầu, khi quân đội Trung Hoa Quốc Dân Đảng vào giải giới quân Nhật, để có được hình thái đoàn kết dân tộc và che dấu bản chất cộng sản, Việt Minh đã cùng các đảng phái quốc gia thành lập một chính phủ Liên hiệp để dễ dàng được Tàu hỗ trợ. Về sau có sự dàn xếp giữa Pháp và Tàu để quân đội Pháp ra Bắc thay thế Tàu tước khí giới quân Nhật để đạo quân Trung Hoa Quốc Dân Đảng triệt thoái khỏi Việt Nam. Trước tình thế này, chính quyền Hồ Chí Minh đã quay sang thương thuyết với Pháp về vấn đề độc lập của Việt Nam.

Về phía Pháp, chấp nhận thương thuyết với Việt Minh chỉ là phương tiện tranh thủ thời gian, tạo điều kiện để đem quân đội trải ra miền Bắc. Phía Việt Minh, sau khi thấy Trung Hoa Quốc Dân Đảng không còn ảnh hưởng tại Việt Nam, đã thỏa hiệp với Pháp để loại bỏ các thành phần quốc gia khỏi chính phủ liên hiệp, tiêu diệt các lực lượng quốc gia còn sót lại. Nhưng, với ý đồ của Pháp là tái chiếm toàn bộ Việt Nam, cuộc thương thuyết giữa Việt Minh và Pháp đi vào bế tắc. Ngày 19/12/1946 giao tranh Pháp Việt bùng nổ tại Hà Nội, mở đầu cho cuộc chiến mệnh danh là chiến tranh Đông Dương lần thứ 1. Khởi đầu quân đội Pháp thành công chiếm được Hà Nội và hầu hết các thành phố lớn tại Việt Nam. Phía Việt Minh lui về vùng thượng du Bắc Việt và một số chiến khu tại các địa bàn đồng lầy và miền núi tại Nam và Trung Việt. Đa số nông thôn trên toàn quốc trở nên vùng sôi đậu tranh chấp giữa hai bên.

7.4/ Hình thành chính thể Quốc Gia Việt Nam

Vào giữa năm 1947, trước cao trào kháng chiến của người Việt từ Nam ra Bắc, Pháp thấy không thể tái lập tại đây một chế độ thuộc địa như trước, chưa kể trong tình thế mới chế độ thực dân của một số quốc gia Tây phương cũng không còn hợp thời nữa. Mặt khác, ngay tại Việt Nam khối dân chúng chống lại Việt Minh ngày một đông hơn và các lực lượng quốc gia chống cộng đã dần được tái lập, đó là những yếu tố khiến Pháp chọn giải pháp thành lập một chính thể thân Pháp trong cơ chế Liên Hiệp Pháp để đối đầu với Việt Minh và bảo vệ quyền lợi của Pháp tại Đông Dương.

Trong hoàn cảnh và mục tiêu nêu trên, Pháp mời gọi cựu hoàng Bảo Đại, lúc đó đang lưu vong tại Hồng Kông ra chấp chính dẫn tới việc hình thành chính thể Quốc Gia Việt Nam. Khi nắm quyền, dù vẫn bị giới hạn, quốc trưởng Bảo Đại và các nhân vật quốc gia trong chính quyền của ông cương quyết bảo vệ chủ quyền của Việt Nam, đòi hỏi Pháp phải nhượng bộ. Trong khi đó, đường lối độc tài và nhất là các biện pháp sắt máu của Việt Minh đã đẩy người dân về phía chính quyền Quốc Gia là nơi người ta có thể sống được. Tuy nhiên sự nhượng bộ cầm chừng của Pháp và khả năng lãnh đạo giới hạn của phe Quốc Gia đã không đủ sức huy động quần chúng tham gia chống Việt Minh một cách tích cực và hữu hiệu.

Năm 1949 sau khi Tàu cộng chiếm lĩnh được toàn lãnh thổ Hoa lục, Việt Minh được tiếp tế dồi dào qua biên giới đã gia tăng đáng kể lực lượng quân sự khiến phía Pháp gặp nhiều khó khăn. Một phần chiến phí của Pháp tại Việt Nam bắt đầu phải nhờ tới viện trợ Mỹ. Từ năm 1953, khi chiến tranh Triều Tiên chấm dứt, Tàu cộng gia tăng viện trợ cho Việt Minh về mọi mặt khiến quân Pháp thêm khốn đốn, cuối cùng thất trận tại Điện Biên Phủ vào tháng 5 năm 1954.

Tòa án nhân dân xử những người có ruộng đất vô tội. Hàng trăm ngàn người bị giết một cách tàn bạo

Vào tháng 4 năm 1954 Hội nghị Genève, theo đề nghị của ngoại trưởng Liên Xô, nhằm văn hồi hòa bình tại Đông Dương đã được triệu tập. Về phía Liên Xô, đề nghị được đưa ra là nhằm tạo điều kiện cho Pháp chấm dứt chiến tranh trong danh dự, đổi lại để Pháp có thái độ thuận lợi cho Liên Xô trong việc tái võ trang nước Đức. Về phía Trung Cộng, Tàu e ngại một cuộc chiến mở rộng ngay tại biên giới với sự can thiệp ngày càng sâu đậm của Mỹ. Hiệp định Genève được ký kết giữa hai thành viên chính là Pháp và Việt Minh vào ngày 20 tháng 7/1954. Phái đoàn Quốc Gia Việt Nam tham dự Hội nghị đã phản đối việc ký kết này. Hiệp ước ấn định cuộc ngưng chiến với hai vùng tập trung tại Bắc và Nam vĩ tuyến 17, Việt Minh tại phía Bắc, Pháp và Quốc Gia Việt Nam tại phía Nam của vĩ tuyến này. Dân Việt được quyền di chuyển để lựa chọn vùng sinh sống. Sau 2 năm sẽ tổng tuyển cử để có một chính thể thống nhất cho Việt Nam.

7.5/ Chính thể Việt Nam Cộng Hòa được khai sinh tại miền Nam Việt Nam

Sau Hiệp Định Genève 1954, với sự giúp đỡ của các tàu vận tải Pháp, Mỹ và Anh quốc, hơn 1.000.000 dân Việt từ miền Bắc do Việt Minh kiểm soát đã chọn di cư vào sống tại miền Nam Không có hiện tượng dân chúng từ miền Nam tìm cách di chuyển ra sống tại vùng Việt Minh kiểm soát ở miền Bắc, ngoại trừ một số nhỏ thành phần cán bộ lãnh đạo guồng máy kháng chiến của Việt Minh tại miền Nam. Cuộc hội nhập của dân di cư từ Bắc vào Nam diễn ra nhanh chóng, trong số các lý do phải kể tới viện trợ Mỹ và nỗ lực của chính quyền Việt Nam Quốc Gia. Dưới sự lãnh đạo của Thủ Tướng Ngô Đình Diệm, miền Nam đã nhanh chóng gỡ bỏ mọi ảnh hưởng của Pháp, tiến tới thành lập chính thể Việt Nam Cộng Hòa trong khi tại miền Bắc Việt Minh chính thức áp dụng chế độ cộng sản. Sau năm 1956, miền Nam Việt Nam đã đạt được một số cải tiến quan trọng về văn hóa, xã hội và kinh tế nhưng ngân sách quốc gia vẫn tùy thuộc phần lớn vào viện trợ Mỹ.

Dân di cư Bắc Việt trên một chiếc tàu Mỹ tại Hải Phòng

Thuyền viên cung cấp nước cho người tỵ nạn Việt Nam trên tàu USS Bayfield – 1954

Về chính trị, chính quyền Việt Nam Cộng Hòa một mặt tiến hành các biện pháp loại bỏ các cơ sở của Việt Minh cài đặt tại miền Nam, mặt khác đã không thi hành điều khoản về tổng tuyển cử quy định vào năm 1956 trong hiệp định Genève vì không ký kết hiệp định này. Trước tình trạng chế độ Việt Nam Cộng Hòa tại miền Nam Việt Nam ngày một củng cố, lực lượng Việt Minh do Miền Bắc cài đặt lại dần dần bị tiêu diệt, vào năm 1959 chính quyền Hà Nội đã quyết định xâm chiếm miền Nam bằng một kế hoạch kết hợp quân sự và chính trị, mở đầu cho cuộc chiến được mệnh danh là chiến tranh Đông Dương kỳ 2.

7.6/ Thiết lập Chế độ Cộng Sản tại miền Bắc Việt Nam

Ngay sau khi tiếp quản thủ đô Hà Nội, chính quyền Hồ Chí Minh đã có một bộ mặt và cung cách khác hẳn 9 năm về trước, trong các năm 1945 - 1946.

Quyết định đầu tiên của chế độ Việt Minh là áp dụng ngay các biện pháp theo dõi và kiểm soát dân chúng theo mô hình Liên Xô và Trung Cộng. Dân chúng được gom lại thành tổ, mỗi tổ có 12 gia đình. Mỗi gia đình phải chịu trách nhiệm về hành động và tư tưởng của 11 gia đình kia.

Các thành phần trí thức bị đặc biệt theo dõi để phòng ngừa hành động bất mãn, một số khá đông sau đó bị đưa đi "cải tạo lao động". Đây cũng là hoàn cảnh các tiểu thương không thể tiếp tục sinh hoạt vì sản nghiệp bị tiêu tan, không thể nào có đủ tiền để đóng thuế cho chính phủ.

Một hệ thống chính quyền nặng nề từ trung ương tới địa phương đã được thiết lập. Nhưng quyền năng và sức mạnh của chế độ không đến từ guồng máy này, bên cạnh cơ cấu tổ chức hành chính ghi trên giấy tờ là một hệ thống song hành nắm trọn các quyền hạn trong tay, đó là cơ cấu tổ chức của đảng Lao Động Việt Nam, là tên gọi của đảng CSVN thời bấy giờ, và những tổ chức phụ trợ của nó như Mặt trận Việt Minh cũng như những hiệp hội Cứu Quốc đủ loại, từ Hội Phụ nữ cho đến Thanh niên cũng như các đoàn thể tôn giáo. Đứng đằng sau điều động toàn bộ những cơ cấu này là tổ chức của đảng Lao Động Việt Nam với những chi bộ từ các cơ sở trường học, khu phố cho đến xã huyện tỉnh và cuối cùng lên đến mức tối cao. Không một quyết định quan trọng nào của đất nước mà không qua tay những tổ chức đảng này.

Việc khôi phục lại hạ tầng của nền kinh tế - xã hội, cũng như ổn định đời sống nhân dân của chính phủ Cộng Sản miền Bắc Việt Nam đã gặp rất nhiều khó khăn, Ngoài sự tàn phá do thế giới chiến tranh và cuộc chiến chống Pháp gây nên, chính sách "vườn không nhà trống" của Việt Minh trong kháng chiến cũng góp phần đáng kể vào việc tàn phá cơ sở hạ tầng đất nước. Ngoài ra, sự ra đi đột ngột của một triệu người miền bắc vào nam đã để lại những khoảng trống quan trọng tại một số vùng trồng lúa chính của đồng bằng sông Hồng. Sự kiện này cộng với thiên tai xảy ra cho vùng đồng bằng Thanh Hóa vào năm 1954 đã dẫn đến một tình trạng thiếu ăn trầm trọng tại miền bắc mà chỉ nhờ một chương trình viện trợ khẩn cấp của Liên Xô mua gạo của Miến Điện (khoảng 150.000 tấn) mới giúp cho miền Bắc tránh khỏi một nạn đói tương tự nạn đói năm Ất Dậu 1945.

Dấu ấn của chế độ Việt Nam Dân Chủ Cộng Hòa trong lịch sử dân tộc Việt, đó là cuộc Cải Cách Ruộng Đất.

Có thể coi cuộc Cải Cách Ruộng Đất của chế độ Việt Nam

Dân Chủ Cộng Hòa là biến cố quan trọng nhất trong lịch sử Việt Nam, không phải chỉ trong thế kỷ 20, mà từ thuở lập quốc, đã làm đảo lộn xã hội và đời sống tinh thần của người dân. Đây là chính sách có tác dụng làm đảo lộn nếp sống kinh tế, gia đình và luân lý trong nông thôn Việt Nam. Căn bản của chính sách là triệt hạ các nông dân có tài sản và biến toàn bộ dân chúng trở thành một loại nông nô cho chính quyền. Điều tai hại là coi các nông dân có tài sản như quân thù cần phải tiêu diệt, nên những ai bị quy kết vào thành phần địa chủ, số đông đã bị tử hình, tài sản bị chiếm đoạt, vợ con bị đầy đọa.

Cuộc Cải Cách Ruộng Đất đã bắt đầu từ năm 1953 và chỉ chấm dứt vào năm 1956. Đích thân Hồ Chí Minh đã thú nhận sai lầm, lên tiếng xin lỗi đồng bào vào ngày 17/8/1956 và hứa sẽ sửa sai.

Con số nạn nhân của Cải Cách Ruộng Đất do chính chính quyền công bố vào năm 1956 là 172.008 người trong đó có 123.266 nông dân chính quyền xác nhận là đã bị quy định sai vào thành phần địa chủ.

Trong thực tế số nạn nhân vượt quá con số 172.008 rất nhiều lần. Cũng cần lưu ý là, tuy ngoài miệng hứa sẽ sửa sai, nhưng đại đa số các người bị bắt oan đều không được thả.

Từ tình trạng thiếu thốn trầm trọng khi mới tiếp thu miền Bắc, qua năm 1955 Chủ Tịch Hồ Chí Minh đã cầm đầu một phái đoàn sang Bắc Kinh và Moscow để xin viện trợ và đã nhận được sự trợ giúp hậu hĩ không những từ phía Trung cộng và Liên Xô mà cả từ nhiều quốc gia trong khối cộng sản. Chính sách viện trợ này có thể coi như đối trọng với chương trình viện trợ của Mỹ dành cho Miền Nam Việt Nam.

7.7/ Chiến tranh Đông Dương kỳ 2

Trước tình trạng chế độ Việt Nam Cộng Hòa tại miền Nam Việt Nam ngày một củng cố, lực lượng Việt Minh do Miền Bắc cài đặt lại dần dần bị tiêu diệt, vào năm 1959 chính quyền Hà Nội đã quyết định xâm chiếm miền Nam bằng một kế hoạch kết hợp quân sự và chính trị, mở đầu cho cuộc chiến được mệnh danh là chiến tranh Đông Dương kỳ 2.

Trong thời gian từ 1960 tới 1963 chế độ Cộng Sản Bắc Việt (gọi tắt là Việt Cộng) dùng Mặt Trận Dân Tộc Giải Phóng Miền Nam, một tổ chức bình phong do họ dựng lên, đã phá hủy được nhiều chương trình phát triển của Miền Nam, mở rộng tầm kiểm soát tại nông thôn và tạo nhiều tổn thất cho phía quân đội Việt Nam Cộng Hòa. Giải pháp đưa quân đội Hoa kỳ vào miền Nam để đối phó với sự xâm nhập quân sự từ miền Bắc bị Tổng Thống Ngô Đình Diệm cương quyết loại bỏ. Trong khi đó, đồng thời với các cuộc tấn công vũ trang, Việt Cộng đã mở rộng chiến dịch lũng đoạn VNCH bằng cách dùng cán bộ nằm vùng khuấy động các tôn giáo và thành phần dân chúng thân Miền Bắc chống lại chính quyền và tạo rối loạn trong xã hội. Sau cùng, vào tháng 11 năm 1963 chế độ Việt Nam Cộng Hòa tại miền Nam Việt Nam bị xụp đổ bởi một cuộc đảo chính quân sự được Mỹ bảo trợ, Tổng Thống Ngô Đình Diệm và Cố Vấn Ngô Đình Nhu đều bị sát hại.

Sau chính biến 1963, tình hình chính trị tại miền Nam tiếp tục xáo trộn. Tại Sài Gòn, trong khi nhiều cuộc đảo chính tiếp tục xảy ra tại thương tầng lãnh đạo, cán bộ

Việt Cộng tiếp tục khuấy động tôn giáo chống chính quyền bằng nhiều cuộc biểu tình và tạo nên Biến động Miền Trung, gây mâu thuẫn giữa hai tôn giáo lớn Phật giáo và Công giáo trong 2 năm trời. Năm 1965, sau khi nắm quyền hành, hai tướng Nguyễn Cao Kỳ và Nguyễn Văn Thiệu đã ổn định tình hình tạo điều kiện cho cuộc bầu cử tổng thống vào năm 1967 với sự đắc cử của tổng thống Nguyễn Văn Thiệu và phó tổng thống Nguyễn Cao Kỳ, lập nên nền Đệ Nhị Việt Nam Cộng Hoà.

Vào năm 1964, trước đà xâm nhập ngày một gia tăng của lực lượng quân sự Cộng Sản Miền Bắc, để bảo vệ Miền Nam Mỹ bắt đầu các cuộc phản kích ra Bắc. Tới tháng 8/1964 Mỹ chính thức khởi đầu các cuộc oanh tạc quy mô Miền Bắc và tuyến đường xâm nhập từ Bắc vào Nam dọc theo dẫy Trường Sơn, có tên là đường mòn Hồ Chí Minh. Biện pháp này đã không ngăn cản được nỗ lực xâm nhập từ Miền Bắc và nguồn hỗ trợ cho chính quyền Hà Nội từ phía Trung Cộng và Liên Xô. Tiếp theo đó cuộc chiến Đông Dương kỳ 2 bước vào một giai đoạn mới với sự tham gia trực tiếp của bộ binh Mỹ tại Miền Nam và các cuộc không tập của Mỹ trên toàn lãnh thổ Việt Nam, Lào và Cam Bốt.

Tới giữa năm 1965 phía Mỹ đề nghị thương thuyết chấm dứt chiến tranh trong khi chiến sự tiếp tục leo thang.

Năm 1967 chính quyền Miền Bắc chấp nhận ngồi vào bàn thương thuyết. Trong khi trao đổi về thủ tục, tranh cãi về hình thức đàm phán chiến sự càng nóng bỏng hơn nữa.

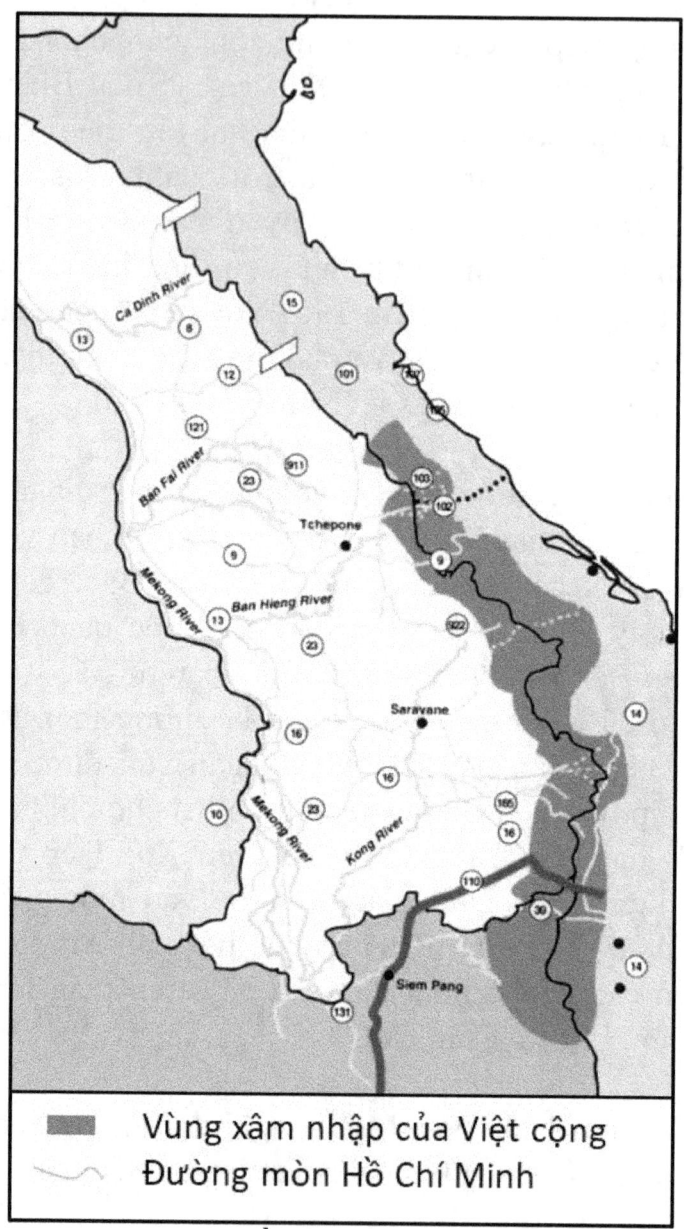

Đường mòn Hồ Chí Minh vào năm 1967

Trận chiến làm thay đổi dư luận Mỹ về chiến tranh Việt

Nam đã xẩy ra vào dịp Tết Mậu Thân, đầu năm 1968 và trong 2 lần kế tiếp vài tháng sau đó. Vào cuối năm 1967, trong khi dư luận quan tâm vào trận bao vây căn cứ Khe Sanh gần vĩ tuyến 17 của quân chủ lực Miền Bắc, thì lực lượng Việt Cộng với sự tăng cường của nhiều đơn vị mới xâm nhập, đã bất ngờ đồng loạt tấn công khốc liệt các đô thị và các căn cứ quân sự trên toàn quốc tại Miền Nam, bất chấp thỏa thuận ngưng bắn trong dịp Tết. Phần lớn các cuộc tấn công này bị nhanh chóng đẩy lui, ngoại trừ tại thành phố Huế bị phía Việt Cộng chiếm đóng lâu hơn cả.

Tại Việt Nam, cuộc tấn cộng Mậu Thân là một thất bại quân sự và chính trị cho chính quyền Hà Nội vì hầu như toàn bộ lực lượng quân sự của Việt Cộng tại miền Nam bị tiêu diệt. Các cuộc nổi dậy của dân chúng Miền Nam để ủng hộ Việt Công cũng không xẩy ra như họ dự trù và chờ đợi. Nhưng đối với quốc tế và dư luận Mỹ, cuộc tấn công đã có tác dụng tâm lý quan trọng và là một thắng lợi chiến lược cho phía Hà Nội. Dân Mỹ không còn tin tưởng vào khả năng can thiệp quân sự của Hoa Kỳ tại Việt Nam. Vấn đề không còn là làm sao ngăn cản được cuộc xâm nhập quân sự từ Miền Bắc hay cuộc khuynh đảo của họ tại miền Nam Việt Nam mà chỉ là làm sao Mỹ có thể rút nhanh chóng khỏi Việt Nam trong danh dự.
Cuộc chiến đẫm máu tiếp tục thêm 4 năm nữa rồi hiệp định ngưng chiến mới được ký kết tại Paris vào tháng 1/1973 giữa Việt Nam Cộng Hòa, Mặt Trận Dân Tộc Giải Phóng Miền Nam, chính quyền Hà Nội và Hoa Kỳ. Hiệp ước ngưng bắn chỉ có trên giấy tờ, trong thực tế hoàn toàn vô hiệu lực. Liền sau khi ký kết, phía Việt

Công mở ra nhiều cuộc tấn công mới, trong khi tình hình chính trị về phía Mỹ thay đổi quan trọng. Với sự thắng thế của phe chủ hòa bên Lập Pháp, đối diện với các cuộc tấn công của phía Việt Cộng, Hoa Kỳ tiếp tục rút quân ra khỏi cuộc chiến tại Việt Nam đúng theo điều khoản đã được ký kết. Quan trọng hơn nữa, Mỹ còn cắt bớt các khoản viện trợ cho Việt Nam Cộng Hòa, đặc biệt về viện trợ quân sự.

Tới đầu năm 1975, Việt Cộng mở nhiều cuộc tấn công vào toàn lãnh thổ Việt Nam Cộng Hòa. Các thành phố trên cao nguyên và miền Trung lần lượt thất thủ, thủ đô Sài Gòn bị chiếm đóng vào ngày 30/4/1975, chế độ Việt Nam Cộng Hòa chính thức xụp đổ. Bắt đầu một kỷ nguyên mới: Việt Nam thống nhất dưới chế độ cộng sản Hà Nội.

8/ Việt Nam dưới chế độ độc tài Cộng Sản và cuộc xâm lăng của Trung Cộng

8.1/ Việt Nam từ 1975 đến 1979

Trong 4 năm, Việt Nam chứng kiến nhiều biến cố kinh hoàng. Đối nội, Việt Cộng coi Miền Nam như lãnh thổ bị chiếm đóng và khởi đầu một cuộc trả thù toàn diện. Một mặt chính quyền mới giam cầm hàng trăm ngàn cựu quân cán chính của chế độ Việt Nam Cộng Hòa trong nhiều nhà tù khắp nước che dấu dưới tên gọi Trại Cải Tạo. Mặt khác họ tiến hành nhiều chiến dịch cướp tài sản dân miền Nam bằng nhiều chính sách bất công và nghịch lý như chính sách Đổi tiền, Cải tạo Công thương nghiệp, Kinh tế mới và Hợp tác xã. Hàng triệu thân nhân của quân cán chính Việt Nam Cộng Hòa bị tước đoạt tài sản trục xuất khỏi thành thị miền Nam. Kết quả, chỉ trong vòng vài năm, Việt cộng đã phá hủy toàn bộ nền kinh tế miền Nam đã đưa cả nước đến bờ vực thẳm của nạn đói.

<u>Phong trào Phục Quốc của người dân miền Nam</u>

Ngay sau khi chính quyền VNCH đầu hàng, nhiều thành phần trong xã hội đã bí mật tổ chức để đánh đổ sự cai trị của Việt cộng. Tuy nhiên, các tổ chức chống đối và phục quốc này lần lượt bị thất bại.

Trong số những tổ chức này, đáng kể nhất là Mặt trận Liên Tôn do linh mục Nguyễn Văn Vàng lãnh đạo, Lực lượng Nhân dân Vũ trang Phục quốc Việt Nam do linh mục Trần Học Hiệu và Thiếu tá VNCH Nguyễn Bá Đề chỉ huy, Tổ chức Dân quân Phục quốc do linh mục nhà thờ Vinh Sơn, Sài gòn lãnh đạo. Mặt trận Thống nhất Giải phóng Việt Nam do giáo sư Trần Thanh Đình lãnh đạo. Sau khi bị bắt, hầu hết các thủ lãnh bị xử tử hay tù chung thân. Tuy nhiên phong trào phản kháng để phục quốc vẫn ngấm ngầm trong dân chúng nhiều năm sau đó.

Bi hùng ca vượt biển của người Việt Nam

Đối diện với sự trả thù và tước đoạt tự do của chính quyền chiếm đóng, từ ngày 30 tháng 4 năm 1975, hàng trăm ngàn dân Miền Nam đã tìm cách trốn khỏi quê hương bằng mọi cách, gọi là "vượt biên" bằng đường bộ và đường biển. Cao điểm là giữa những năm 1978 – 1980 khi hàng trăm ngàn người tuôn ra biển trên những con thuyền bé nhỏ mong đến được bến bờ tự do ở các quốc gia Đông Nam Á. Thế giới bàng hoàng gọi họ là "thuyền nhân". Cao ủy Tỵ nạn Liên Hiệp Quốc ước tính số người chết trên biển tương đương với số người đến được các trại tỵ nạn ở khắp vùng Đồng Nam Á và Đông Á. Theo thống kê của Cao Ủy Tỵ Nạn Liên Hiệp Quốc, từ năm 1975 đến 1997, có gần một triệu người Việt đến được các trại tỵ nạn khắp vùng Đông Nam Á và Đông Á. Phần lớn đều được tái định cư ở các quốc gia Âu, Mỹ và Úc. Cùng với thân nhân của họ được đoàn tụ và những người được các quốc gia Tây phương nhận trong chương trình định cư nhân đạo, hiện nay, có hơn hai triệu người Việt đang định cư tại hải ngoại.

Thuyền nhân Việt Nam

Trong số người bị buộc rời khỏi Việt Nam phải kể tới hàng trăm ngàn người Việt gốc Hoa đã sinh sống nhiều thế hệ tại đây, họ bị áp lực phải rời khỏi Việt Nam vào năm 1978 trước khi cuộc chiến bùng nổ tại biên giới Việt Trung vào đầu năm 1979.

Chiến tranh Đông Dương kỳ 3

Về chính trị, năm 1976, chính quyền Hà Nội tổ chức Đại hội Hiệp thương Chính trị để hợp thức hóa việc cầm quyền cả nước và đổi tên thành Cộng hòa Xã hội Chủ nghĩa Việt Nam, khẳng định Việt Nam theo chính thể cộng sản, thay đổi chính sách đối ngoại, đứng hẳn về Liên Xô, đối nghịch với Trung cộng.

Về quân sự, chiến tranh đã nổ ra giữa Khmer Đỏ tại Cam Bốt (một chế độ chư hầu của Trung Cộng) với Việt Nam, châm ngòi cho cuộc chiến có tên "Chiến Tranh Đông Dương kỳ 3".

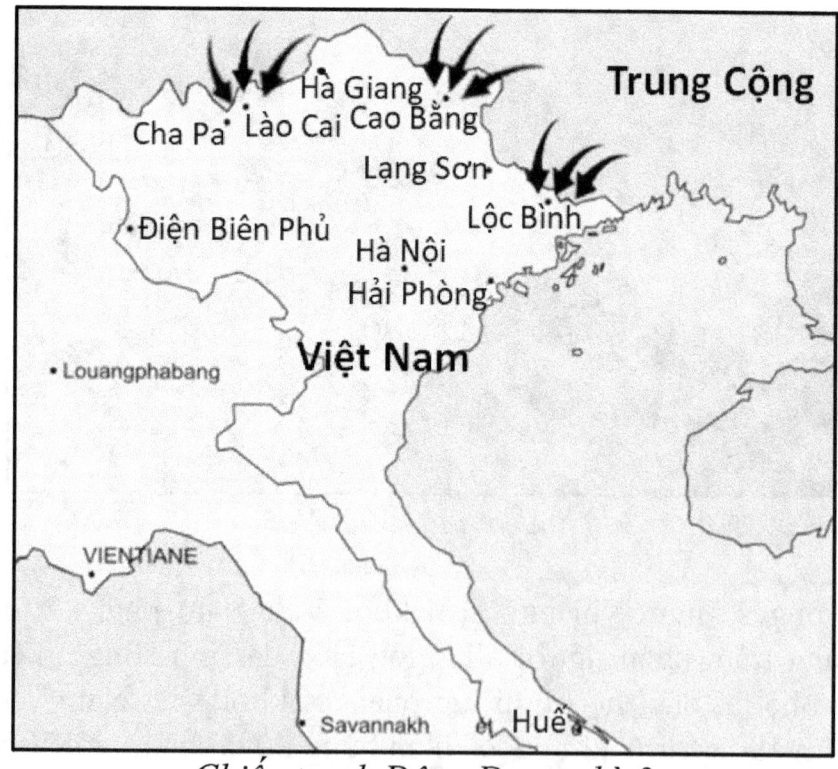

Chiến tranh Đông Dương kỳ 3

Khi quân đội Việt Cộng tiến chiếm Cam Bốt thì Trung Cộng mở cuộc chiến xâm lăng dọc theo 6 tỉnh biên giới miền Bắc Việt Nam trong một tháng vào đầu năm 1979, biến một giải rộng 30Km thành bình địa, hàng chục ngàn người bị sát hại và mở đầu cho một cuộc chiến tiêu hao giữa hai nước suốt 10 năm sau đó.

8.2/ Việt Nam từ 1979 đến 1986

Hậu quả của những chính sách kinh tế sai lầm dựa theo đường lối Kinh tế tập trung của cộng sản trong Kế hoạch 5 năm 1976-1980 đã đưa Việt Nam đến bờ nạn đói. Trước nguy cơ đó, một vài địa phương đã áp dụng những biện pháp "xé rào" cho phép vài xí nghiệp và hợp tác xã được phép tự quản, khoán và sinh lời mà không phải lệ thuộc vào trung ương. Đáng kể hơn cả là trường hợp Nguyễn Văn Linh, khi làm Bí Thư Thành Ủy Thành Phố Hồ Chí Minh lần thứ hai từ năm cuối 1981 cho thí điểm một vài cải cách kinh tế trong đó một số xí nghiệp được phép tự quản trị để sinh lợi. Đường lối này giúp vãn hồi một phần sinh hoạt kinh tế và đời sống người dân. Tuy nhiên, trên đồng bộ, mọi sinh hoạt kinh tế và xã hội đều bị kiểm soát và điều khiển từ trung ương khiến cho nền kinh tế tiếp tục bị trì trệ và đời sống người dân vẫn cơ cực.

Vào năm 1982, đảng Cộng Sản cầm đầu bởi Đỗ Mười và Tố Hữu lên án chính sách nới lỏng kinh tế là có "Tinh thần xét lại Nam Tư" quyết định hủy bỏ chính sách này. Các công ty liên doanh bị giải thể, Chính sách kế hoạch hóa tập trung sau đó được triệt để áp dụng. Tình trạng ngăn sông cấm chợ, trưng thu cơ sở sản xuất tư nhân, hạn chế phân phối hàng hóa ngoài lĩnh vực nhà nước và lề lối quản lý kinh tế phản khoa học đã tạo nên một bức tranh kinh tế ảm đạm, đói nghèo và lạc hậu cho không những miền Nam mà trên cả nước. Trong khi đó sự trợ giúp của Liên Xô ngày một giới hạn vì chính Liên Xô cũng gặp khó khăn, đồng thời cuộc chiến tại Cam Bốt ngày một sa lầy.

Phong trào Phục Quốc của người Việt tại hải ngoại

Vào đầu thập niên 1980, nhiều phong trào phục quốc đã được nhóm lên trong cộng đồng người Việt Hải Ngoại.

Tại Pháp, vào năm 1980, Các ông Lê Quốc Quân, Lê Quốc Túy, Mai Văn Hạnh và Trần Văn Bá thành lập Mặt trận Thống nhất các Lực lượng Yêu nước Giải phóng Việt Nam với chủ đích phối hợp cùng lực lượng giáo phái tại quốc nội, tiến hành lật đổ chính quyền cộng sản Việt Nam. Tổ chức này đã xâm nhập Việt Nam qua ngã Thái Lan vào bờ biển Rạch Giá. Lực lượng xâm nhập bị đánh chặn tại Hà Tiên vào cuối năm 1984. Kết quả có 119 người đã bị bắt giam hoặc tử thương. Ngày 8 tháng 1 năm 1985 Việt cộng đã xử bắn các ông Trần Văn Bá, Hồ Thái Bạch, Lê Quốc Quân và một số lãnh đạo khác.

Tại Úc, vào năm 1981, ông Võ Đại Tôn thành lập "Chí Nguyện Đoàn Hải Ngoại Phục Quốc", hợp tác với Kháng Chiến Lào để tìm đường xâm nhập Việt Nam. Ông Võ Đại Tôn đã bị Việt Cộng bắt tại biên giới Lào Việt vào năm 1981. Ông tiếp tục tranh đấu trong tù và được trở về

Úc vào năm 1991 do các cuộc vận động của cộng đồng người Việt hải ngoại và chính giới Úc.

Tại Hoa Kỳ và Nhật Bản, vào năm 1980, Tướng Hoàng Cơ Minh và các ông Lê Hồng, Ngô Chí Dũng đã phối hợp Lực Lượng Quân Dân Việt Nam Hải Ngoại và Tổ Chức Người Việt Tự Do lập nên Mặt Trận Quốc Gia Thống Nhất Giải Phóng Việt Nam, mở đường về Việt Nam từ các căn cứ tại biên giới Thái Lào. Mặt Trận được sự hỗ trợ của đồng bào qua một phong trào Yểm Trợ Kháng Chiến được tổ chức rộng rãi trong cộng đồng người Việt Hải Ngoại. Tháng 10 năm 1982 các thành phần nòng cốt của Mặt Trận đã lập nên Việt Nam Canh Tân Cách Mạng Đảng, gọi tắt là đảng Việt Tân, để tiến hành công cuộc đấu tranh.

Cuối năm 1987, trong chuyến xâm nhập Việt Nam, Tướng Hoàng Cơ Minh cùng phần lớn ban lãnh đạo Mặt Trận và đảng Việt Tân đã bị chận đánh tại biên giới Lào Việt, ông và các chiến hữu lãnh đạo đã tự sát để không bị rơi vào tay địch.

Năm 2004 đảng Việt Tân quyết định ngưng các hoạt động với danh xưng Mặt Trận và tiếp tục công cuộc đấu tranh bất bạo động, phối hợp quốc nội và hải ngoại, để chấm dứt độc tài và xây dựng dân chủ cho Việt Nam. Đây là một trong những tổ chức có quá trình hoạt động lâu dài và thực lực nhân sự, họ luôn là đề tài chính quyền Việt cộng ra sức đánh phá.

Chính sách Đổi Mới

Vào năm 1986, trước tình hình kinh tế ngày một suy kiệt, viện trợ Liên Xô giảm bớt và có thể không còn tiếp tục, chưa kể là Liên Xô và Trung Cộng đã hợp tác trở lại, Cộng sản Việt Nam đã buộc phải thi hành chính sách "Đổi Mới" hòa nhịp với xu thế "Công Khai Hóa & Cải Tổ Cơ Cấu" tại Liên Xô. Nguyễn Văn Linh trở thành Tổng Bí Thư đảng CSVN, bắt đầu thực hiện chính sách Đổi Mới và Hà Nội tuyên bố sẵn sàng bình thường hóa quan hệ với Bắc Kinh bất cứ lúc nào.

8.3/ Việt Nam sau năm 1986

Chính sách Đổi Mới của đảng Cộng Sản Việt Nam đã đưa tới nhiều đổi thay quan trọng tại Việt Nam, những đổi thay này ảnh hưởng hỗ tương lên nhau nhưng yếu tố quyết định vẫn là sự đổi thay về chính trị, đặc biệt là chính trị đối ngoại.

Chính trị đối ngoại

Đáp lại thái độ làm hòa với Bắc Kinh của Hà Nội, phản ứng đầu tiên của Tàu Cộng là tăng cường các cuộc tấn công võ trang tại biên giới Việt Hoa vào năm 1987, tiến chiếm quần đảo Trường Sa vào năm 1988. Sau khi Việt Cộng triệt thoái khỏi Cam Bốt vào năm 1989 Tàu Cộng đã chấp nhận gặp lãnh đạo Việt Cộng tại Thành Đô để thương nghị và đi tới một mật ước nối lại liên hệ Việt Trung, nội dung ra sao không được công bố, nhưng kể từ sau Hội Nghị Thành Đô, những sự kiện quan trọng sau đây đã diễn ra:

- Về lãnh thổ Việt Nam đã mất 15.420 Km2 sau Hiệp Ước Biên Giới với Trung Cộng vào năm 1999.

- Về quốc phòng, Việt Nam chính thức công bố không liên minh quân sự với nước nào nhưng quân đội Việt Cộng dùng sắc phục tương tự như của quân đội Trung Cộng, cấp lãnh đạo phối hợp chặt chẽ với Trung Cộng và đều được tu nghiệp hay huấn luyện tại Trung Quốc

Trung cộng và Việt cộng có đồng phục y hệt như nhau

- Mọi dự án kinh tế quan trọng của Việt Nam đều được giao cho nhà thầu Trung Quốc thực hiện.

- Thành lập 3 đặc khu công khai và nhiều vùng đặc biệt riêng cho người Trung Quốc tại Việt Nam, người Việt không được vào.

- Chính quyền Việt Nam không được quyền xử các công dân Trung Quốc phạm luật tại Việt Nam mà chỉ có thể trả về TQ. Tiền Trung Quốc đã được sử dụng chính thức tại các tỉnh dọc theo biên giới và được làm ngơ tại nhiều thành phố lớn trên toàn cõi Việt Nam.

- Ngoài ra, còn nhiều chỉ dấu khác để thấy chủ quyền dân tộc Việt Nam đã bị hy sinh và Việt Cộng đã dựa vào Trung Cộng để tồn tại theo như lời tuyên bố của Nguyễn Văn Linh "Thà mất Nước còn hơn là mất Đảng" hay đúng hơn là: Trung Cộng đã thành công sử dụng Việt Cộng như một bộ phận để cai trị Việt Nam.

<u>Kinh tế thị trường theo định hướng xã hội chủ nghĩa</u>

Mặc dù tung ra chính sách Đổi Mới từ năm 1986, nhưng đến năm 1995, sau khi nối lại bang giao với Hoa Kỳ và gia nhập vào khối ASEAN, Việt cộng mới chính thức áp dụng kinh tế thị trường, nhưng nền "kinh tế thị trường" áp dụng tại đây phải là phương tiện làm giầu cho đảng Cộng Sản. Nếu có phần nào được "tư nhân hóa" thì phải thuộc về các đảng viên và gia quyến. Tóm lại, chất keo nối kết khối đảng viên Việt cộng không còn là lập trường giai cấp mà là mối dây quyền lợi, theo đúng khẩu hiệu "Còn Đảng còn mình".

Vì không còn bị trói buộc về giáo điều và mở rộng cho đầu tư ngoại quốc, kinh tế Việt Nam đã phát triển đáng kể từ năm 1988. Riêng về gạo, đến năm 1990 đã dư dùng cho nhu cầu quốc gia và đã có thể xuất cảng. Trước năm 1986 GDP của VN chỉ tăng khoảng 1.4% mỗi năm, vào giai đoạn 1996-2000 tốc độ tăng GDP đạt 7%. Tới năm 2006 quy mô nền kinh tế đã đạt được 66.3 Tỷ US$. Lợi nhuận kinh tế to lớn này đã giúp cho đảng CSVN duy trì một mạng lưới cán bộ và công an rộng lớn để kiểm soát sinh hoạt người dân.

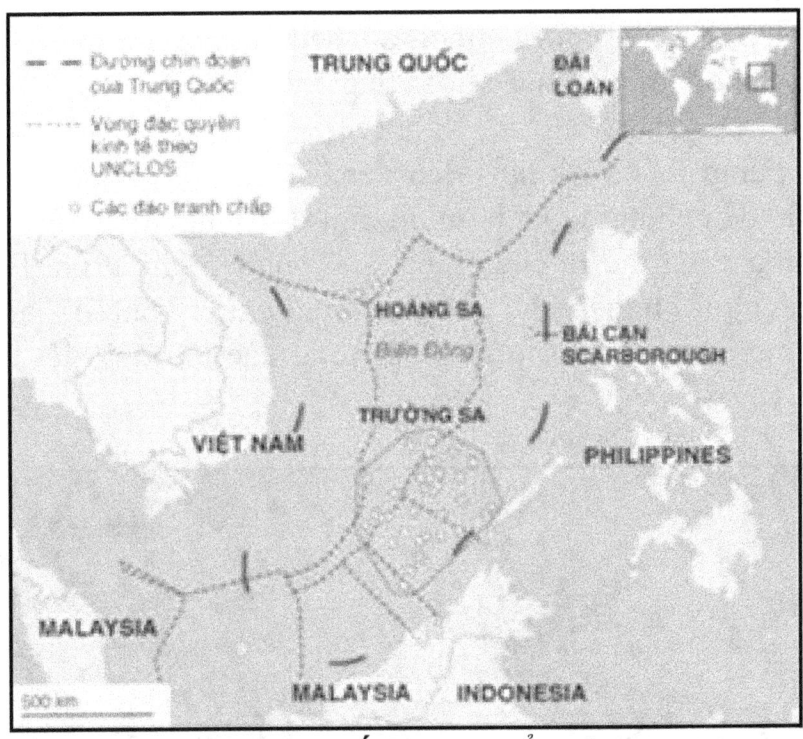

*Trung cộng xâm chiếm vùng biển của Việt Nam
và nhiều quốc gia khác,
năm 1992 tuyên bố toàn vùng Biển Đông
quy định bởi một đường 9 vạch
là lãnh hải của Trung quốc*

<u>Chính trị đối nội</u>

Với hệ thống 4,5 triệu đảng viên, đảng CSVN đã kiểm soát đời sống người dân bằng nhiều cách.

Biện pháp kinh tế: Cũng giống như thời bao cấp, chỉ khác là phương tiện không còn là tem phiếu thực phẩm mà sợi dây cột người dân với chế độ là lương công nhân viên trong guồng máy Đảng và nhà nước hay trong các xí nghiệp. Những người chống đối sẽ không kiếm được nơi nhận cho làm việc hoặc bị sa thải.

Sự bùng phát về kinh tế có đem lại cơ hội cho một bộ phận dân chúng tạo cho mình một đời sống sung túc hơn nhưng cũng tạo ra chênh lệch giàu nghèo ghê gớm. Bên cạnh người nghèo khổ có vô số triệu phú, tỷ phú đô la, là những cán bộ nhà nước sống trong các lâu đài biệt thự nguy nga.

Nghèo đói bất chấp nguy hiểm

Hàng trăm ngàn gia đình người dân bị cướp đoạt nhà cửa, ruộng vườn vì bị giới quyền thế giành lấy đất họ đang sinh sống để xây dựng công ty. Vì sự lấn chiếm và ô nhiễm gây nên bởi các cơ xưởng kỹ nghệ, hàng trăm ngàn dân mất nguồn sinh kế đã phải qua môi giới kiếm các việc lao động cực khổ tại ngoại quốc, tiền họ gửi về nuôi gia đình trở thành nguồn thu nhập ngoại tệ cho nhà nước, chưa kể là việc "xuất khẩu lậu" dân đã là một nguồn thu nhập. Theo ước tính trong báo cáo của Văn phòng Liên Hiệp Quốc về chống Ma túy và Tội phạm, ngoài những người được "xuất khẩu" chính thức, chưa kể những người nhập lậu sang các nước Á Đông và Hoa Kỳ, khoảng 18.000 người Việt Nam di cư bất hợp pháp được nhập lậu sang các nước thuộc Liên Âu (EU), tạo ra khoảng 300 triệu đô la Mỹ mỗi năm cho những kẻ buôn lậu, mà đa số có liên hệ với cán bộ nhà nước.

Thông tin tuyên truyền: Chính sách tuyên truyền của nhà nước được tiếp tục như trước đây, nhưng tinh vi hơn vì khả năng bưng bít thông tin không còn được hiệu quả như xưa. Vì không còn điều kiện để tạo sự tin tưởng mù quáng vào chế độ, một phần truyền thông nhà nước đã nhằm vào việc tạo cho người dân vô cảm trước các vấn nạn của đất nước mà chỉ quan tâm tới các thú tiêu khiển vô bổ, sinh hoạt đọa lạc hay mê tín dị đoan. Phụ họa với chính sách làm cùn nhụt dân trí bằng phương tiện khác hơn truyền thông, nhà nước CS đã biến Việt Nam thành một xã hội tiêu thụ bia rượu nhiều nhất Á Châu. Trong năm 2018 người Việt đã uống 7,2 tỷ USD bia (chưa kể đã phải tốn khoảng 4 Tỷ USD do các bệnh tật và tai nạn giao thông vì uống rượu). Số tiền phí phạm cho bia rượu vượt quá số 9 tỷ USD người dân chi cho việc giáo dục con cái.

Sinh hoạt đối kháng: Nhờ sự phát triển của Internet người Việt đã có cơ hội tiếp cận với các nguồn tin ngoài hệ thống nhà nước cũng như gia tăng khả năng thông tin liên lạc với nhau. Đây là điều kiện giúp cho sự phát triển của nền xã hội dân sự tại VN được thể hiện qua những tổ chức tư nhân tranh đấu cho các vấn đề dân sinh và dân quyền. Chính sự phát triển này đang góp phần thu hẹp khả năng kiểm soát của chế độ trong một số lãnh vực xã hội, đồng thời giúp gia tăng ý thức công dân trong quần chúng.

Về phương diện chính trị, kỷ nguyên Internet cũng đã giúp cho nhiều tư tưởng đối kháng được phổ biến, nhiều nhóm đấu tranh cho dân chủ đã được thành lập. Nhiều cuộc biểu tình chống Trung Cộng xâm phạm chủ quyền, bảo vệ môi trường và biển đảo đã được tiến hành mặc dầu nỗ lực đàn áp của nhà nước độc tài. Về tranh đấu có tổ chức, được nhắc tới nhiều hơn cả là hoạt động của các Giáo Phận Vinh, Giáo Xứ Thái Hà, Dòng Chúa Cứu Thế Kỳ Đồng và đảng Việt Tân. Đảng Việt Tân, thành lập vào năm 1982 có nhân sự phối hợp ở trong và ngoài nước, liên hệ với nhiều tổ chức người Việt và chính giới quốc tế, được nhà nước CSVN gán cho là tổ chức khủng bố. Trong mục tiêu đàn áp các tiếng nói đối kháng, nhà nước CSVN đã quy tội cho hầu như mọi nhân sự hay sinh hoạt bất đồng với chế độ là có liên hệ hay do Việt Tân xúi dục.

Tóm lại, vào đầu thế kỷ 21, Việt Nam đang đứng trước nguy cơ bị sát nhập vào Trung Cộng ngày một rõ nét. Vì áp lực quân sự và nhiều lý do khác, chính quyền Hà Nội đã dần biến thành một bộ phận thừa hành của Bắc Kinh.

Kết luận

Trước nguy cơ bị sát nhập vào Trung Cộng ngày một rõ nét, điều đáng quan ngại nhất chưa phải là sự đe dọa bằng vũ lực hay những thao túng từ Trung Cộng mà là thái độ thờ ơ vô cảm của một thành phần còn quá đông trong xã hội nước ta.

Để đồng bào quan tâm và tha thiết hơn với vận mệnh đất nước, cần làm sao để mọi người thấy rõ được công khó của Tổ Tiên đã dựng nước và giữ nước suốt mấy ngàn năm qua để cùng trân quý gia sản chung, từ đó phát huy quyết tâm giữ nước.

Với quyết tâm giữ nước, không lẽ nào người Việt sẽ thất bại trong việc bảo vệ giang sơn sau khi đã bốn lần thành công đánh đuổi xâm lăng từ Bắc phương trong 2.700 năm qua.

Hoàng Cơ Định
Tháng 1/ 2020

www.ingramcontent.com/pod-product-compliance
Lightning Source LLC
Chambersburg PA
CBHW050443010526
44118CB00013B/1657